சுற்றுச்சூழல் அறிவியல்

ஜெகாதா

சதியா

Title
Sutrusuzhal Ariviyal
Jakatha

ISBN: 978-93-6666-594-8

Title Code : Sathyaa - 128

நூல் தலைப்பு
சுற்றுச்சூழல் அறிவியல்

நூல் ஆசிரியர்
ஜெகாதா

முதற்பதிப்பு
டிசம்பர் 2024

விலை : ₹125

பக்கம் : 90

Printed in India

Published by
Sathyaa Enterprises
No.134, First Floor,
Choolaimedu high road, Choolaimedu,
Chennai - 600 094.
044 - 4507 4203

Email
sathyaabooks@gmail.com

உள்ளே...

1.	சுற்றுச்சூழல் அறிவியல்	4
2.	சுற்றுச்சூழல் உயிரியல் தத்துவம்	11
3.	குப்பை மேலாண்மை கூறும் செய்திகள்	13
4.	மனிதகுல வரலாற்றின் அழிவு	22
5.	இந்தியா எதிர்கொள்ளும் சுற்றுச்சூழல் பிரச்சனைகள்	25
6.	சுற்றுச்சூழல் அறிவுடையோருக்கு மட்டுமே அல்ல!	36
7.	இயற்கை பேரிடரை இந்தியா தாங்குமா?	40
8.	கழிவுப் பொருளை வளமாக்குவோம்!	44
9.	காட்டுத்தீயால் கருகும் உயிர்கள்	56
10.	பூமிக்கு பூதாகரப் பிரச்சனை மனித இனமே!	61
11.	நாம் ஆபத்தில் இருக்கிறோம் !	64
12.	உயிரியல் செயல்பாட்டில் கழிவு	69
13.	சிங்க்ரி தேவி	77
14.	சுற்றுச்சூழல் நண்பன்	80
15.	சுயநலத்தினால் சூனியமாக்கப்படும் சுற்றுச்சூழல்	85

❒

1. சுற்றுச்சூழல் அறிவியல்

சுற்றுச்சூழல் என்பது ஒரு பரந்த சமூக மற்றும் தத்துவ இயக்கமாகும். இது ஒரு பெரிய பகுதியாக, உயிர் இயற்பியல் சூழலில் மனித செயல்பாட்டின் எதிர்மறையான விளைவைக் குறைக்கவும் ஈடு செய்யவும் முயல்கிறது.

சுற்றுச்சூழல் ஆர்வலர்களின் கவலைக்குரிய பிரச்சனைகள் பொதுவாக இயற்கை சூழலுடன் தொடர்புடையவை. காலநிலை மாற்றம், இனங்கள் அழிவு, மாசுபாடு மற்றும் காடுகள் இழப்பு ஆகியவை மிக முக்கியமானவை.

சுற்றுச்சூழல் அறிவியல் என்பது உயிர் இயற்பியல் சூழலில் உள்ள தொடர்புகளைப் பற்றிய ஆய்வு ஆகும். இந்த விஞ்ஞான ஒழுக்கத்தின் ஒரு பகுதியாக சுற்றுச்சூழலில் மனித நடவடிக்கைகளின் தாக்கம் பற்றிய ஆய்வு ஆகும்.

சூழலியல் உயிரியலின் துணைப்பிரிவு மற்றும் சுற்றுச்சூழல் அறிவியலின் ஒரு பகுதி. சுற்றுச்சூழலில் மனிதனால் தூண்டப்பட்ட விளைவுகளைப் பற்றிய ஆய்வு என்று தவறாக கருதப்படுகிறது.

சுற்றுச்சூழல் ஆய்வுகள் என்பது ஒரு பரந்த கல்வித்துறையாகும். இது மனிதர்களின் சுற்றுச்சூழலுடன் தொடர்வு கொள்வதற்கான முறையான ஆய்வு ஆகும்.

மனிதர்களால் ஏற்படும் சுற்றுச்சூழல் அழிவு என்பது உலகளாவிய தொடர்ந்து வரும் பிரச்சனையாகும். பூமியில் மனித பாதிப்புகள் பல்வேறு வழிகளில் காணப்படுகின்றன. முக்கியமான விளைவு என்றால் அது உலகளாவிய வெப்பநிலை அதிகரிப்பு ஆகும்.

காலநிலை பேரழிவுகள் அதிகரித்து வருகின்றன. சுமார் 70 சதவீத பேரழிவுகள் இப்போது காலநிலை தொடர்பானவை. இரண்டு தசாப்தங்களுக்கு முன்பு இருந்ததை விட சுமார் 50 சதவீதம் அதிகம்.

இந்த பேரழிவுகள் அதிக மனித உயிரிழப்பை ஏற்படுத்துகின்றன. அழிவுகரமான திடீர் கனமழை, தீவிர வெப்ப மண்டல புயல்கள், மீண்டும் மீண்டும் வெள்ளம், வறட்சி அதிகரித்து வருகின்றன.

தற்போதைய முக்கிய சுற்றுச்சூழல் பிரச்சனைகளில் காலநிலை மாற்றம், மாசுபாடு, சுற்றுச்சூழல் சீரழிவு, மற்றும் வளங்கள் குறைவு ஆகியவை அடங்கும். சுற்றுச்சூழல் பாதுகாப்பு இயக்கம் இந்த பிரச்சனைகளை எதிர்த்து போராடி வருகிறது.

பூமியைப் பற்றிய புரிதலின் அளவு அண்மைக் காலங்களில் அறிவியல் மூலம் குறிப்பாக அறிவியல் முறையின் பயன்பாடு மூலம் குறிப்பிடத்தக்க அளவில் அதிகரித்துள்ளது.

சுற்றுச்சூழல் பிரச்சினைகள் பிராந்திய, தேசிய அல்லது சர்வ தேசிய அளவில் தீர்க்கப்பட்டு வருகின்றன.

1972ல் நிறுவப்பட்ட மிகப்பெரிய சர்வதேச நிறுவனம் ஐக்கிய நாடுகளின் சுற்றுச்சூழல் திட்டம் ஆகும். இயற்கை பாதுகாப்பிற் கான சர்வதேச ஒருங்கிணைப்பு மையம் உலகம் முழுவதும் உள்ள நாடுகளில் இருந்து ஒருங்கிணைத்து செயல்பட்டு வருகிறது.

அரசாங்கங்கள் சுற்றுச்சூழல் கொள்கையை இயற்றுகின்றன. மற்றும் சுற்றுச்சூழல் சட்டத்தை அமல்படுத்துகின்றன. இது உலகம் முழுவதும் வெவ்வேறு அளவுகளில் செய்யப்படுகிறது.

மனிதர்கள் நிலையாக வாழ்வதற்கு பூமியின் இயற்கை வளங்கள் அவற்றை நிரப்பக்கூடிய விகிதத்தில் பயன்படுத்தப்பட வேண்டும்.

அனைத்து பேரழிவுகளும் சில சுற்றுச்சூழல் தாக்கங்களை ஏற்படுத்து கின்றன. இவற்றில் சில உடனடி மற்றும் உயிருக்கு ஆபத்தான தாகவும் அமைகிறது.

பேரழிகள் நீண்டகால தாக்கங்களையும் ஏற்படுத்தலாம். உதாரண மாக இயற்கை பேரழிவுகள் நீண்டகால கழிவு மேலாண்மை சிரமங்களை அல்லது சுற்றுச்சூழல் சேதத்தை ஏற்படுத்தலாம்.

சுற்றுச்சூழல் பாதுகாப்பு என்பது சுற்றுச்சூழலை தனிமனிதனோ, அமைப்போ அல்லது அரசாங்கமோ, இயற்கை சூழலுக்காகவும், மனிதகுல நன்மைக்காகவும் பாதுகாக்க எடுக்கும் ஒரு நடவடிக்கை யாக பார்க்கப்படுகிறது.

மக்கள் தொகை பெருக்கத்தினாலும், தொழில்நுட்ப வளர்ச்சி யினாலும் சுற்றுச்சூழல் சில நேரங்களில் நிரந்தரமாக பாதிக்கப்படு கிறது.

இதனை உணர்ந்த அரசாங்கங்கள் சுற்றுச்சூழல் சீரழிவிற்கு காரண மான செயல்களை கட்டுப்படுத்தி நடவடிக்கைகளை எடுக்கத் தொடங்கியுள்ளன.

1960களிலிருந்து சுற்றுச்சூழல் இயக்கங்களின் செயல்பாடுகள் பல்வேறு சுற்றுச்சூழல் பிரச்சனைகள் பற்றிய விழிப்புணர்வை ஏற்படுத்தியுள்ளன.

கல்வி நிறுவனங்கள் தற்போது சுற்றுச்சூழல் பாதுகாப்பு முறைகள், சுற்றுச்சூழல் கல்வி, சுற்றுச்சூழல் மேலாண்மை மற்றும் சுற்றுச்சூழல் பொறியியல் போன்ற படிப்புகளை வழங்குகின்றன.

பல்வேறு மனித நடவடிக்கைகளின் காரணமாக சுற்றுச்சூழல் பாதுகாப்பு தேவைப்படுகிறது. கழிவு உற்பத்தி, காற்று சூழல் மாசடைதல் மற்றும் பல்லுயிர் இழப்பு (நுண்ணுயிரிகளின் மற்றும் உயிரினங்களின் அழிவு) முதலியவை சுற்றுச்சூழல் பாதுகாப்பு தொடர்பான பிரச்சனைகளாகும்.

சுற்றுச்சூழல் சட்டங்கள், நெறிமுறைகள் மற்றும் கல்வி மூன்றும் பின்னிப் பிணைந்து சுற்றுச்சூழல் பாதுகாப்பிற்கு வழிவகுக்கின்றன.

இந்த காரணிகளின் ஒவ்வொன்றும் தேசிய சுற்றுச்சூழல் முடிவுகள் மற்றும் தனிப்பட்ட சுற்றுச்சூழல் நடவடிக்கைகளையும் பாதிக் கின்றன.

உண்மையான சுற்றுச்சூழல் பாதுகாப்பு கிடைக்க சமுதாயம் ஒன்று பட்டு சுற்றுச்சூழலை பற்றிய முடிவுகளை எடுப்பது அவசியமாகிறது.

சுற்றுச்சூழல் பாதுகாப்பு பற்றிய கலந்துரையாடல்கள் பெரும் பாலும் அரசாங்கத்தின் பங்கு, சட்டம் மற்றும் சட்ட அமலாக்கத்தைப் பற்றிய கவனம் செலுத்துகின்றன.

எனினும் அந்த பரந்த அடிப்படையில் சுற்றுச்சூழல் பாதுகாப்பு வெறும் அரசாங்கத்தின் பங்கு மட்டுமின்றி அனைத்து மக்களின் பொறுப்பாகின்றது.

சுற்றுச்சூழலைப் பற்றிய முடிவுகள் தொழில்துறை நிறுவனங்கள், உள்நாட்டு பழங்குடி மக்கள், சுற்றுச்சூழல் குழுக்கள் மற்றும் சமூக பிரதிநிதிகள் உட்பட பல பங்குதாரர்களை உள்ளடக்கியது. பல நாடுகளில் சுற்றுப்புற பாதுகாப்பு கூட்டு முயற்சியாக உருவாகி வருகின்றது.

பல நாடுகளில் பூமியின் வளங்கள் மனித தாக்கங்களினால் பாதிக்கப் படுகின்றன. இதன் விளைவாக பல அரசாங்கங்கள் இயற்கை வளங்களுக்கு மனித நடவடிக்கைகளினால் ஏற்படும் விளைவுகள் மற்றும் சேதங்களைத் தடுக்க பல நாடுகளுக்கு இடையே ஒப்பந்தங்கள் உருவாக்குவதற்கு முயற்சிகள் மேற்கொண்டு வருகின்றன.

இந்த சர்வதேச சுற்றுச்சூழல் உடன்படிக்கைகள் சில நேரங்களில் சட்ட ரீதியான மற்றும் சட்டப்பூர்வமாக பிணைக்கப்பட்ட ஆவணங்களாகவும், பிற நேரங்களில் கொள்கைகளாகவும் பயன் படுத்தப்படுகின்றன. மிகவும் பிரபலமான பன்னாட்டு ஒப்பந்தங் களில் சில கியோட்டோ நெறிமுறை ஓசோன் படலம் பாதுகாப்பிற் கான வியன்னா மாநாடு மற்றும் சுற்றுச்சூழல் வளர்ச்சி குறித்த ரியோ பிரகடனம்.

1984ல் இந்தியாவில் சுற்றுச்சூழல் பாதுகாப்பதற்கு மிக சில சட்டங்கள் இருந்தன. மேலும் சட்டங்களின் அமலாக்கம் மிக அரிதாகவே இருந்தது.

சூழலை (நிலம் - நீர் - காற்று) எந்த தொழில் நிறுவனம் மாசுபடுத்தும் நிலைமை இருந்து வந்தது.

காற்று மாசுபாடு காரணமாக நோய்கள் வேகமாக பரவி வந்தன. விலங்குகள் தண்ணீரில் வெளிவந்த நச்சு பொருட்கள் காரணமாக இறந்தன.

புதிய சட்டங்கள் வந்த பிறகு வேகமாக பரவி வந்த நோய்கள் குறைந்தது. நிலச்சரிவுகள், பூகம்பம், எரிமலை வெடிப்பு போன்ற இயற்கைச் சூழலைப் பாதிக்கும் பேரழிவுகளும் பல உள்ளன.

ஒரு பெரிய நிலச்சரிவு ஹிமாச்சலப் பிரதேசம், கின்னூர் மாவட்டத்தில் ரேக்காங் அருகில் உள்ள பங்கி கிராமத்தில் 200 மீட்டர் நீளமான பழைய இந்துஸ்தான் திபேத் தேசிய நெடும் சாலையை சேதப் படுத்தியது. இதனைத் தொடர்ந்து இயற்கை அழிவுகளில் இருந்து சுற்றுச்சூழலைப் பாதுகாக்க பல புதிய சட்டங்கள் அமல்படுத்தப் பட்டுள்ளன.

ஒரு இடம் ஏதாவது கட்டிடம் அல்லது கட்டுமானத்திற்கு ஏற்றதா என்பதைச் சரிபார்க்க ஹசார்ட் மேப்பிங் செய்யப்படுகிறது. நிலச்சரிவைத் தடுக்க தக்க வைப்புக் கட்டுமானச் சுவர்கள் மற்றும் பல நடவடிக்கைகள் இந்திய அரசால் மேற்கொள்ளப்பட்டது.

சூழல் தூய்மை மற்றும் சுகாதாரம் என்பது ஒரு மனிதனின் வாழ்க்கை உரிமையாகும் என்று அரசு சாசனம் எண் 22 குறிப்பிடு கின்றது.

ஒரு நபர் வாழும் பகுதியில் சுகாதாரச் சீர்கேடு ஏற்பட்டுள்ளது என்று அவர் நினைத்தால் அந்த நபர் அரசு சாசன எண் 22 படி வாழ்க்கை உரிமையைக் காக்க அரசாங்கத்திற்கு எதிர்ப்பு தெரிவிக்க முடியும்.

ஸ்வீடனில் உள்ள ஸ்டாக்ஹோம் நகரில் 1972ல் நடைபெற்ற மனித சூழல் குறித்த ஐக்கிய நாடுகள் மாநாட்டில் சீனாவில் சுற்றுச்சூழல்

பாதுகாப்பு துவங்கப்பட்டது. இதைத் தொடர்ந்து சீன அரசு சுற்றுப்புற பாதுகாப்பு நிறுவனங்களை நிறுவி அதன் தொழில்துறை கழிவுகள் மீது சில கட்டுப்பாடுகளை விதிக்கத் தொடங்கியது.

1983ல் சீனாவின் மாநில கவுன்சில் சுற்றுச்சூழல் பாதுகாப்பு சீனாவின் அடிப்படை தேசியக் கொள்கைகளில் ஒன்று என அறிவித்தது.

1984ல் தேசிய சுற்றுச்சூழல் பாதுகாப்பு முகமை (NEPA) நிறுவப் பட்டது. 1998ல் யாங்சே ஆற்றுப் பள்ளத்தாக்கில் கடுமையான வெள்ளப்பெருக்கு ஏற்பட்டதைத் தொடர்ந்து NEPA மாநில சுற்றுச்சூழல் பாதுகாப்பு முகமையாக (SEPA) மேம்படுத்தப்பட்டது. 2008 SEPA சீன மக்கள் குடியரசின் சுற்றுச்சூழல் பாதுகாப்பு அமைப்பு என மாற்றம் செய்யப்பட்டது.

சுற்றுச்சூழல் மாசுபாடு மற்றும் சுற்றுச்சூழல் சீரழிவு, சீனப் பொருளாதாரத்திற்கு இழப்புகளை ஏற்படுத்தியுள்ளது. 2005 ஆம்

ஆண்டில் காற்று மாசுபாட்டினால் பொருளாதார இழப்புகள் சீனாவின் மொத்த உள்நாட்டு உற்பத்தியில் 7.7 சதவீதமாக கணக்கிடப்பட்டுள்ளது.

சுற்றுச்சூழல் பாதுகாப்பு அனைத்து ஐரோப்பிய சமூக நிறுவனங்களுக்கும், ஐரோப்பிய ஒன்றியத்தின் உறுப்பினர் நாடுகளுக்கும் மாஸ்ட்ரிச்ட் ஒப்பந்தத்திற்கு பின்னர் முக்கிய பணியாக உள்ளது.

ஐரோப்பிய ஒன்றியம் ஏற்கனவே சுற்றுச்சூழல் கொள்கை துறையிலும் சுற்றுச்சூழல் பாதிப்பு மதிப்பீட்டிலும் மிகவும் தீவிரமாக ஈடுபட்டுள்ளது.

ஐக்கிய நாடுகள் அவையின் சுற்றுச்சூழல் திட்டம் (UNEP)

17 மகா பன்முக நாடுகளை அடையாளம் கண்டுள்ளது. பிரேசில் கொலம்பியா, ஈக்வேடார், மெக்ஸிகோ, பெரு மற்றும் வெனிசுலா ஆகிய 6 லத்தீன் அமெரிக்க நாடுகள் பட்டியலில் அடங்கும்.

இந்த நாடுகளில் காடுகள் அழிப்பு, சுற்றுச்சூழல் இழப்பு, மாசுபாடு மற்றும் மக்கள் தொகை வளர்ச்சி ஆகியவை உயர் விகிதங்களில் இருப்பதால் பெரும் சுற்றுச்சூழல் பாதிப்பிற்கு உள்ளாகி இருக்கின்றன.

2. சுற்றுச்சூழல் உயிரியல் தத்துவம்

சுற்றுச்சூழல் மற்றும் வனங்கள் அமைச்சகம் இந்தியாவின் சுற்றுச்சூழல், வனங்கள் மற்றும் பருவநிலை மாற்றங்களை கவனிக்கிறது. இந்திய அரசின் உச்சகட்ட அமைப்பாகும். இந்த அமைச்சகம் 1985ல் ஏற்படுத்தப்பட்டது.

இந்த அமைச்சகத்தின் பொறுப்பானது இந்தியாவில் சுற்றுச்சூழல் மற்றும் வனத் திட்டங்களை திட்டமிடுவதும், ஊக்குவிப்பதும், ஒருங்கிணைப்பதும் மேற்பார்வையிடுவதுமாகும்.

இந்த அமைச்சகத்தின் முக்கிய பணியானது இந்திய வனங்களில் உள்ள தாவர வகைகள், மற்றும் வன விலங்குகளை கணக்கெடுப்பது பாதுகாப்பது மேலும் மாசு தடுப்பு மற்றும் கட்டுப்பாடு, காடு வளர்ப்பு, மற்றும் நிலச்சீரழிவு தடுப்பு ஆகியனவாகும்.

இதுவே இந்தியாவின் தேசிய பூங்காக்கள் நிர்வகிக்கும் பொறுப்பு உடையதாகும்.

அகில இந்திய பணிச் சேவைகளுள் ஒன்றான இந்திய வனப்பணி சுற்றுச்சூழல் மற்றும் வனத்துறை அமைச்சரின் நிர்வாகம் மற்றும்

கண்காணிப்பின் கீழ் உள்ளது.

மத்திய விலங்கு காட்சியக ஆணையம், தேசிய பல்லுயிர்ப் பரவல் ஆணையம், தேசிய கங்கை ஆற்று வடிநில ஆணையம், தேசிய புலிகள் பாதுகாப்பு ஆணையம் இந்த அமைப்புத் துறையின் கீழ் இயங்குகிறது.

3. குப்பை மேலாண்மை கூறும் செய்திகள்

நமக்குத் தேவையானதைப் பயன்படுத்தி விட்டு தேவை யில்லாததைக் குப்பைன்னு தூக்கி வீசறோம். ஆனா இயற்கையோட அமைப்புல குப்பைன்னு எதுவுமே இல்லை.

ஒண்ணோட கழிவு இன்னொண்ணுக்கு உணவு. இதுதான் உயிர்ச் சூழலோட அடிப்படையே. இதைப் புரிஞ்சிக்கிட்டா குப்பை களைக் கையாள்ற விதமே மாறிடும். நம் சுற்றுச்சூழல் மேம்படும் என்று நிதானமாகக் கூறும் விஷ்ணுபிரியாவின் வார்த்தைகளில் சமூக அக்கறை தெறிக்கிறது.

சென்னை போன்ற மாநகரங்களில் உற்பத்தியாகும் குப்பைகளை, மனிதக் கழிவுகளை யாருக்கும் பாதிப்பில்லாத வகையில் அகற்று வதற்கான மாற்று வழிகளைப் பேசுகிறது 'மீள்' எனும் ஆவணப் படம்.

வீடு, ஹோட்டல்னு எல்லா இடத்திலும் உற்பத்தியாகிற குப்பை களை ஒரே குப்பைத் தொட்டியில் தான் போடறோம். துப்புரவுப் பணியாளர்கள் அதை எடுத்திட்டு போய் ஒரு இடத்தில் மலையா குவிக்கிறாங்க. இல்லைன்னா எரிக்கிறாங்க.

எரிக்கும் போது விஷவாயு உற்பத்தியாகுது. குவிக்கும் போது அந்தக் குப்பைகள் நசிஞ்சு போய் நிலத்தடி நீரைப் பாதிக்குது.

இதுக்கு மாற்று வழியா மக்கும் குப்பை, மக்காத குப்பைனு தனித் தனியா பிரிச்சுப் போடலாம். பிறகு மக்கும் குப்பையை மறுசுழற்சி செஞ்சு விவசாயத்துக்கு உரமா பயன்படுத்தலாம்.

இருபது முப்பது வருஷங்கள் கழிச்சு இந்த கழிவுகளால நமக்கு ஏற்படப் போற விளைவுகள் ரொம்ப மோசமா இருக்கும்.

அதனால இப்போதிலிருந்தே இதிலிருந்து தப்பியதற்கான மாற்று வழிகள் என்னன்னு தேட ஆரம்பிக்கணும். கழிவுகளை, குப்பை களை இயற்கைக்கு பாதிப்பில்லாம எப்படியெல்லாம் மறு சுழற்சி செய்யலாம்னு யோசிக்கணும்.

அதே நேரத்தில் இதை கையாளுகிற மக்களுக்கும் பாதிப்பு இருக்கக் கூடாது. இந்த விஷயங்களை எல்லாம் 'மீள்' ஆவணப்படம் பேசு கிறது என்கிறார் விஷ்ணுப் பிரியா.

●

நமது நாட்டில் முற்றிலுமாக அழித்தொழிக்கப்பட வேண்டிய பிரச்சனைகளில் முதன்மையானது 'கையால் மலம் அள்ளும்' முறை.

மனிதக் கழிவை மனிதர்களைக் கொண்டே அகற்றும் இந்த மனிதத் தன்மையற்ற செயலுக்கு எதிரான கண்டனக் குரல் நீண்ட கால மாகவே ஒலித்து வருகிறது.

இருந்தாலும் செப்டிக் டேங்க் மரணங்களை இன்னமும் தடுக்க முடியவில்லை. தொழில்நுட்பம் அதிவேக வளர்ச்சி கண்டிருக்கிற இந்தக் காலத்திலும் இத்தொழிலுக்கு மனிதர்களைத் தான் பயன் படுத்த வேண்டுமா என்ற கேள்வி தொடர்ந்து முன்வைக்கப் படுகிறது.

இந்தச் சூழலில் விஷ்ணுப் பிரியா இங்கிருக்கும் 'மீள்' என்ற ஆவணப் படம் அது சார்ந்து வேறொரு கோணத்தை முன்வைக்கிறது.

மதுரையைச் சேர்ந்த விஷ்ணுப்பிரியா கட்டிடவியல் முடித்துவிட்டு பெங்களூரில் வேலை செய்து கொண்டிருந்தார்.

சிட்னி பல்கலைக்கழகத்தில் மாஸ்டெக் படிக்கவும் அவருக்கு சீட் கிடைத்தது. ஆனால் 'மீன்' ஆவணப் படத்துக்காக அந்த வாய்ப்பை பயன்படுத்திக் கொள்ளவில்லை என்கிறார் விஷ்ணுப் பிரியா.

'சிட்னிக்குப் படிக்கப் போகாவிட்டாலும் மரபு சார்ந்த கட்டிடங்கள் தொடர்பாக ஆராய்ச்சி செய்ய விரும்பினேன். அந்த நேரத்துல தான் குக்கூ அமைப்பைச் சேர்ந்த சிவராஜை சந்தித்தேன். கழிவறை இல்லாததால் எழுந்த சில பிரச்சனைகளை அவர் பகிர்ந்து கொண்டார். கழிவறை வசதி இல்லாததால், பொதுவெளியில் மலம் கழிக்க வேண்டிய சூழல் காரணமாக ஒரு பெண் மலத்தை அடக்கி வைப்பதைப் பழக்கமாகவே வைத்திருந்திருக்கிறாள். நாளடைவில் அது உபாதையை ஏற்படுத்தி அவள் இறந்து விட்டாள்.

கிராமப்புறப் பள்ளியில் பருவமடைந்ததும் பெண் குழந்தைகள் படிப்பை நிறுத்தி விடுகின்றனர். மாதவிடாய் காலத்தில் பயன்படுத்த சரியான கழிவறை வசதி இல்லாததே அதற்குக் காரணம்.

பெரும்பாலான அரசுப் பள்ளிகளில் கழிப்பறைகள் முறையாகப் பராமரிக்கப்படாமலும், பூட்டி வைத்தபடியும் இருக்கு. தண்ணீர்

வசதி இல்லைங்கிறது தான் இதுக்கு முதன்மையான காரணம்னு பல விஷயங்களை சிவராஜ் சொன்னார்.

அப்போது தான் குறைவான தண்ணீர் பயன்பாட்டில் கழிவறையை உருவாக்கணும்ங்கிற எண்ணம் வந்துச்சு என்கிறார் விஷ்ணுப்பிரியா.

இதன் பின்னர் ஆராய்ச்சியில் இறங்கிய விஷ்ணுப்பிரியா மலத்தை எருவாக்குவது பற்றி நிறைய கட்டுரைகளைப் படித்தார். திருச்சிக்கு அருகே உள்ள முசிறியில் மனிதக்கழிவை எருவாக மாற்றும் கழிவறை பற்றிக் கேள்விப்பட்டு அங்கே சென்றிக்கிறார்.

மனிதக்கழிவை எருவாக மாற்றுகிற சூழல் மேம்பாட்டுக் கழிவறை (Ecosan Toilet) அங்கு நடைமுறையில் இருப்பதைப் பார்த்த பிறகு தான் அவருக்கு 'மீள்' படம் எடுப்பதற்கான யோசனையும் ஏற்பட்டது.

முசிறியில் சூழல் மேம்பாட்டுக் கழிவறையை அறிமுகப்படுத்திய பிறகு கழிவை எருவாக்கும் விசயத்தை பார்த்த போது மகிழ்ச்சியாக இருந்தது. நான் போன போது அந்த எருவைக் கொண்டு விளைவித்த நெல்லில் பொங்கல் வைத்தார்கள்.

பாரதியார் பல்கலைக் கழகம் நடத்திய ஆய்வில் அந்த எரு மிகவும் பாதுகாப்பானதுன்னு நிரூபிக்கப்பட்டிருக்கு. இந்த கழிவறையைத் தமிழ்நாட்டின் பல மாவட்ட ஆட்சித் தலைவர்கள் பார்வை யிட்டிருந்தாலும் பெரிய மாற்றம் நிகழவில்லை.

இது குறித்த விழிப்புணர்வைப் பரவலாக எடுத்துப் போகவே 'மீள்' ஆவணப்படம் எடுக்க முடிவு செய்தேன் என்கிறார் விஷ்ணுப் பிரியா.

இந்தக் கழிவறை அமைப்புப் படி மலத்துக்கான குழியில் சாம்பல், உமி, மரத்தூள், காய்ந்து போன இலைகள், சாணம், மண் போன்ற வற்றை போட்டு வைக்கிறார்கள். அது நாளடைவில் எருவாகி விடுகிறது. அதை விவசாயத்துக்கும் பயன்படுத்தலாம். இந்தியக் கழிவறை, மேற்கத்திய கழிவறையினை விட சூழல் மேம்பாட்டுக்

கழிவறையில் தண்ணீர் பயன்பாடு மிகவும் குறைவு. அது போக செஃப்டிக்டேங்க் கான்செப்டையே ஒழிக்க முடியும். இது தான் இந்த ஆவணப்படத்தின் கரு.

மீள் ஆவணப்படத்திற்கு பல இடங்களுக்குப் பயணம் செய் திருக்கிறார் விஷ்ணுப்பிரியா.

2016ஆம் ஆண்டு ஆகஸ்டில் இதற்கான வேலைகளை ஆரம்பித்திருக் கிறார். பெங்களூரு, ஹைதராபாத், டெல்லி, லடாக், புதுச்சேரி, திருச்சி, கோவை, சிவகாசி என்று பல பகுதிகளுக்கும் சென்று அங்குள்ள கழிப்பறை முறைகளை பதிவு செய்திருக்கிறார்.

காஷ்மீரில் இருக்கும் லடாக்கில் 8 மாதங்கள் பனிப்பொழிவு இருக்கும். தண்ணீரெல்லாம் பனிக்கட்டியாக மாறிவிடும். அதனால் ஃபிளஷ் டாய்லட் அமைக்கவே முடியாது.

பல காலமாக அங்கே சூழல் மேம்பாட்டு கழிவறையைத் தான் பயன்படுத்திக் கொண்டிருக்கிறார்கள். கழிவு எருவாகுவதற்கு ஆட்டுப் புழுக்கையையும், யாக் மாட்டு சாணத்தையும் பயன்படுத்து கிறார்கள். சுத்தம் செய்து கொள்ள காகிதத்தை பயன்படுத்து கிறார்கள்.

இந்த மக்களுக்காக உலர் கழிவறை என்று சொல்லப்படுகிற சூழல் மேம்பாட்டுக் கழிவறையைப் பற்றி ஒரு வாரம் மாவட்ட கிராமங்களுக்கு சென்று ஆவணப்படுத்தியிருக்கிறார் விஷ்ணுப் பிரியா.

இந்தக் கழிவறை முறை சீனா, அமெரிக்கா, இங்கிலாந்து போன்ற நாடுகளில் நடைமுறையில் உள்ளது. அது குறித்த ஆழமான புரிதலுக்கு இந்த மீள் ஆவணப்படம் அனைவருக்கும் பயன்படும்.

கழிவு மேலாண்மை போராளி விஷ்ணுப்பிரியாவின் ‘மீள்’ ஆவணப் படம் என்ன சொல்கிறது?

‘கையால் துப்புரவு செய்பவர்களின் ஆரோக்கியம் மற்றும் சுற்றுச் சூழலின் ஏற்படும் பாதிப்புகளை இப்படம் பார்க்கிறது’ என்கிறார் விஷ்ணுப்பிரியா.

சத்யமேவ் ஜெயதேயின் எபிசோடில் கழிவு மேலாண்மை பற்றிப் பேச வந்த வேலூர் சீனிவாசன் மற்றும் சூழல் - சான்டாய் லெட்டின் வடிவமைப்பாளர் பால்கால்வர்ட் உட்பட இந்தியாவின் சுகாதாரப் பிரச்சனைகளில் தீவிரமாக ஈடுபட்ட பல குரல்களை மீள் கொண்டுள்ளது.

தண்ணீர் இல்லாமல் கழிப்பறை இருக்க முடியுமா என்ற கேள்விக்கு சமூகப் பொறுப்பு மிக்க ஒரு சாதகமான பதிலை இந்த மீள் படம் மூலம் விஷ்ணுப்பிரியா ஆவணப்படுத்தியுள்ளார்.

இப்படத்தில் இடம் பெற்றுள்ள சமூகவழக்கு ஆய்வுகளில் ஒன்று தமிழ்நாட்டில் திருச்சிக்கு அருகில் முசிறி. அங்கு சில சூழல் சான் கழிவறைகள் அமைக்கப்பட்டுள்ளன. மனித மலத்தை சுத்தம் செய்ய தண்ணீருக்கு பதிலாக சாம்பலை எப்படிப் பயன்படுத்தலாம் என்பதை விளக்குகிறது.

'மீள்' என்றால் மீண்டு வர வேண்டும் என்கிறார் விஷ்ணுப்பிரியா.

விஷ்ணுப்பிரியாவின் தாய் தந்தையின் பூர்வீகம் சிவகாசிக்கு அருகில் உள்ள செங்கமலம் நாச்சியார்புரம்.

அப்பா சீனிவாசகம் - அம்மா சீனியம்மாள். அக்கா கீதா. அப்பாவின் வேலை நிமித்தமாக கென்யா, டான்சானியா உள்ளிட்ட கிழக்கு ஆப்பிரிக்க தேசத்தின் பெரும் பகுதியிலும், மும்பையிலும் சில ஆண்டுகளும் கழிந்தது விஷ்ணுப்பிரியாவின் ஆரம்ப நாட்கள்.

அப்பா தீவிர இறை நம்பிக்கையாளர். விஷ்ணுப்பிரியாவின் சிறு வயது நாட்கள் கென்யாவில் உள்ள சுவாமி நாராயணன் கோவிலின் நூலகத்தில் உள்ள புத்தகங்களுடனும் கோவிலின் குளத்தில் துள்ளி விளையாடும் வண்ணமீன்களுட னும் எல்லா விடுமுறை நாட்களும் கழிந்தன.

பள்ளியின் இறுதிக்காலம் மதுரையில் முடித்து விட்டு சென்னை எஸ்.ஆர்.எம் பல்கலைக்கழகத்தில் கட்டிடகலை வடிவமைப்பு நிறைவு செய்தார்.

ஐந்து வருடங்கள் வேகமாக கடந்து சென்ற நிலையில் வெளி நாட்டின் பெரிய கட்டிடக் கலைக்கான நிறுவனமொன்றைத் தொடங்க வேண்டும் என்ற லட்சியம் தலை தூக்கியது.

பென்னிகுரிய கோஷ் அவர்களிடம் சில காலம் விஷ்ணுப்பிரியா பணியாற்றினார். அப்போது கேரளாவில் உள்ள முசிறி கடற்கரை மண்டலத்தில் அருங்காட்சியாக சீரமைப்பில் முழுமையாக இருந்தார்.

அந்தப் பணிகள் எல்லாம் முடிவுற்றவுடன் பெங்களூரில் மூன்று வருடங்கள் தொடர்ந்து நகரம் சார்ந்த மனிதர்களும், வாழ்க்கையும் ஒருவித அச்சத்தையும், சலிப்பையும் உணர்ந்த சமயத்தில் சில மாதங்கள் எந்த வேலையும் செய்யாமல் வீட்டில் தனிமையில் இருந்திருக்கிறார்.

நண்பர் ஒருவரின் மூலம் ஒரு சிறு பள்ளிக்கூடம் கட்டுவதற்கு தன்னார்வலர்கள் தேவை. கூடவே மண் கட்டிடங்கள் கட்டுவதற் கான பயிற்சியும் அழிக்கப்படும் எனும் முகநூல் செய்தியைப் பார்த்தார் விஷ்ணுப்பிரியா.

அதற்கு விண்ணப்பித்து சென்றார். முதல் நாள் அந்த மலையடி வாரத்தில் முழுவதிலும் இருந்து எழுபதுக்கும் மேற்பட்ட இளைஞர்கள் வந்திருந்தனர்.

தொடக்க நிகழ்வாக தேசத்தின் பல பகுதிகளில் இருந்து மனிதர்கள் அனுப்பி வைத்திருந்த சின்ன சின்ன கைப்பிடி மண்ணை ஒரு சேர கலந்து பிராத்தனையோ குக்கூ காட்டுப் பள்ளியின் வேலையை ஆரம்பித்தார்கள்.

அங்கிருந்து மண் எடுத்து, செய்யப்படாத சுடாத செங்கல்லைக் கொண்டு முதல் கல் எடுத்து வைத்த போ விஷ்ணுப் பிரியாவுக்குள் உருவான மன எழுச்சி மறக்க முடியாததாக இருந்தது.

ஐ.ஐ.டியில் கட்டிடக்கலை நிறைவு செய்த வருண் கௌதம் மற்றும் பிரான்ஸ் நாட்டை சேர்ந்த ஜெர்மி ஆகியோரின் கற்றல் பயிற்சி களோடு பதினைந்து நாட்கள், கடுமையான வெயிலில் பாடல், நாடகம், உரையாடல் என சென்றது. பொருள்தான் மரியாதையை

உருவாக்குகிறது என்று கல்லூரி கற்றுக் கொடுத்த எண்ணத்தை சுக்கு நூறாக்கியது.

சக மனிதன் மீதான அன்பு மட்டும் தான் மாறாத புகழைத் தரும் என்பதை நம்பிக்கையாக்கியது. அதன் பிறகு நிறைய வாசிக்கத் தொடங்கியிருக்கிறார் விஷ்ணுப்பிரியா.

மூன்று மாதங்கள் கழித்து சிட்னி பல்கலைக்கழகத்தில் கட்டிடக் கலையின் முதுகலை படிப்பிற்கு தேர்வானார் விஷ்ணுப்பிரியா.

தேர்வான கடிதம் கிடைத்தவுடன் குக்கூ காட்டுப்பள்ளிக்கு மீண்டும் சென்றார். கட்டிமுடிக்கப்படாத கழிவறைத் திட்டில் சிவராஜ் அண்ணனுடன் சில மணி நேரங்கள் பேசியதில் சில முடிவுகளை எடுத்தார் அவர்.

வெளிநாட்டில் பல நூறு அடுக்கு மாளிகை கட்டுவதை விட இங்கு இந்தியாவில் ஒரு சிறு கிராமத்தில் சிறு கழிவறை கட்டுவது முக்கிய மானது என்ற வரி மிக வலுவாக விஷ்ணுப்பிரியாவைப் பற்றிக் கொண்டது.

வெளிநாடு செல்வதை தவிர்த்து விட்டு காந்தி, வினோபா, குமரப்பா ஆகியோரைப் படிக்கத் துவங்கினார்.

ஒரு தொலைபேசி உரையாடலில் பெரம்பலூருக்கு அருகில் அரசு பள்ளி மாணவி கழிவறை இல்லாமையால் அடக்கி அடக்கி வைத்த மலத்தின் கழிவுகள் எலும்புகளில் உள்ளிறங்கி இறந்து போனாள் என்று சிவராஜ் அண்ணன் சொல்ல உடைந்து அழுது விட்டார் விஷ்ணுப் பிரியா.

அந்த இரவு முடிந்து, விடியற்காலையில் மனதில் தோன்றியது தான் ‘மீள்’ ஆவணப்படம்.

ஒவ்வொரு தனிமனிதனும் வாழ்வாதாரத்தின் அடிப்படையில் உருவாக்குகின்ற கழிவுகளான குப்பை, மலம், சாம்பல், நீர் போன்ற வற்றால் உண்டாகும் சூழல் கேட்டினை உணர்த்தவும், இந்த மூன்றும் கழிவுகள் இல்லை, முறையாகக் கையாண்டால் மிகப் பெரிய பயன்பாட்டுச் சக்தி என்பதையும் அதை செயல்படுத்து

வதற்கான சாட்சிகளையும், மனிதர்களையும் ஆவணப்படுத்துவதே இந்த 'மீள்' ஆவணப்படம்.

திறந்த வெளியில் மலம் கழித்தலற்ற நிலை மற்றும் தரம் நிர்ணயித்தல் குறித்த விழிப்புணர்வு ரதத்தினை திருவள்ளூர் மாவட்ட ஆட்சியர் துவங்கி வைத்தார்.

திருவள்ளூர் மாவட்ட ஆட்சியர் அலுவலக வளாகத்தில் ஊரக வளர்ச்சி மற்றும் ஊராட்சி துறை சார்பாக உலக கழிப்பறை தினத்தை முன்னிட்டு திறந்த வெளியில் மலம் கழித்தலற்ற நிலை மற்றும் தரம் நிர்ணயித்தல் தொடர்பான விழிப்புணர்வு ரத துவக்க விழா நடைபெற்றது.

மாவட்ட ஆட்சியர் மகேஸ்வரி ரதத்தினை கொடியசைத்து துவக்கி வைத்து பேசினார்.

மாவட்டத்தில் 526 ஊராட்சிகளிலும் திறந்த வெளியில மலம், ஜலம் கழித்தல் முற்றிலும் தடுக்க நடவடிக்கை மேற்கொள்ளப்பட்டு வருகிறது.

சுகாதாரம் குறித்த விழிப்புணர்வு ஏற்படுத்தும் பொருட்டு மூன்று தூய்மை ரதங்கள் துவக்கி வைக்கப்பட்டு உள்ளன.

இந்த ரதங்கள் மலம் ஜலம் கழிப்பதனால் ஏற்படும் பாதிப்புகள், இரண்டு உறிஞ்சி குழிகளுடன் கூடிய கழிப்பறைகள் கட்டும் தொழில்நுட்பம் சுகாதாரம் குறித்த அரசின் நடவடிக்கைகள் போன்றவற்றை பொது மக்களிடம் எடுத்துச் செல்ல அமைக்கப் பட்டுள்ளது.

மேலும் மாவட்டத்திலுள்ள 1.40 லட்சம் வீடுகளுக்கு கழிப்பறை பயன்படுத்தும் வாசகங்கள் மற்றும் பிளாஸ்டிக் விழிப்புணர்வு அட்டைகள் அனுப்பப்பட்டுள்ளன என்று அவர் கூறினார்.

4. மனிதகுல வரலாற்றின் அழிவு

இந்தப் புவியை நோக்கி வரும் சுற்றுச்சூழல் ஆபத்தின் தீவிரத்தை அரசியல்வாதிகளும், அதிகாரத்தில் உள்ளவர்களும் பார்க்கத் தவறிவிட்டதாக அறிக்கை ஒன்று தெரிவிக்கிறது.

பொது கொள்கைக்கான ஆராய்ச்சி நிறுவனமான ஐபிபிஆர்-இன் அறிக்கை, மனிதர்களின் தாக்கம், சமுதாயத்தையும், உலகப் பொருளாதாரத்தையும் சீர்குலைக்கும் அளவுக்கு ஆபத்தில் உள்ள தாகத் தெரிவிக்கிறது. இதற்குப் பலவிதமான காரணங்களை அடுக்கிறார்கள் விஞ்ஞானிகள்.

பருவநிலை மாற்றம், பலவகையான உயிரினங்கள் அழிந்து போதல், மண் அரிப்பு, பெருங்கடல்களில் அமிலத் தன்மை அதிகரித்தல், மற்றும் காடுகள் அழிப்பு ஆகியவை குறித்து பெரும் எச்சரிக்கை களை விடுக்கின்றனர் விஞ்ஞானிகள்.

இந்தக் காரணங்கள் சுற்றுச்சூழலை பெரும் சீரழிவுக்கு இட்டு வருவதாகவும், அது ஆபத்தான நிலைக்கு சென்றுவிட்டதாகவும், ஐபிபிஆர் அறிக்கை தெரிவிக்கிறது.

இந்தச் சுற்றுச்சூழல் சீரழிவு மனித வரலாற்றில் முன்னேப் போதும் இல்லாத அளவுக்கு ஏற்பட்டு வருவதாகவும் அந்த அறிக்கை தெரிவிக்கிறது.

என்ன செய்ய வேண்டும் நாம்?

"இந்தப் பேரழிவுகளைத் தடுப்பதற்கான வாய்ப்புகள் அதிவேகமாக மங்கி வருகிறது" என்கிறது ஐபிபிஆர் அறிக்கை.

2005ஆம் ஆண்டிலிருந்து இந்த உலகில் ஏற்பட்ட வெள்ள பாதிப்பு 15 மடங்காகவும், தீவிரமான வெப்பநிலை 20 மடங்கும், காட்டுத்தீ சம்பவங்கள் ஏழு மடங்கும் அதிகரித்துள்ளதாகத் தெரிவிக்கின்றனர் விஞ்ஞானிகள்.

பருவநிலை மாற்றம் குறித்து கொள்கை உருவாக்கத்தின் போது விவாதிக்கப்படுகிறது. ஆனால் வேறு சில காரணங்கள் பெரிதும் கருத்தில் கொள்ளப்படுவதில்லை.

நிலத்தில் உள்ள மண் மிக வேகமாக அதாவது 10-40 மடங்கு வேகமாக அழிக்கப்படுகிறது. ஆனால் இது இயற்கையான முறையில் மீண்டும் உருவாக்கப்படும் அளவைக் காட்டிலும் மிக அதிகம்.

20 ஆம் நூற்றாண்டின் மத்திய பகுதிகளிலிருந்து இந்த மண் அரிப்பு களால் 30 சதவீத பயிர் நிலங்கள் பயிர் செய்ய ஏதுவான நிலையை இழந்துள்ளன.

2050 ஆம் ஆண்டிற்குள், புவியில் உள்ள 95 சதவீத நிலப்பகுதியின் தரம் குறைந்து விடும்.

மூன்று விஷயங்கள் குறித்தான புரிதலுக்கு நாம் வர வேண்டும்.

1. சுற்றுச்சூழல் பாதிப்பின் அளவு மற்றும் வேகம்
2. சமூகத்தில் ஏற்படும் தாக்கங்கள்
3. மாற்றத்திற்கான தேவை

உலகில் உள்ள பல விஞ்ஞானிகள், நாம் ஒரு புதிய சுற்றுச்சூழல் மாற்றத்தில் நுழைந்துள்ளதாக தெரிவிக்கின்றனர். மனிதர்களின் செயல்களால் ஏற்பட்டு வரும் சுற்றுச்சூழல் பேரழிவின் அளவு,

வேகம் ஆகியவற்றின் தீவிரத்தன்மையை கோடிட்டுகாட்ட இந்த யுகத்தை சுற்றுச்சூழல் பேரழிவின் யுகம் என்று ஐபிபிஆரின் அறிக்கை எச்சரிக்கிறது.

சுற்றுச்சூழல் மாற்றம் முந்தைய காலத்தைக் காட்டிலும் மிக வேகமாக ஏற்படுகிறது என்றும், அது சமுதாயத்துக்கு அச்சுறுத்தலை ஏற்படுத்தி வருகிறது என்றும் ஐபிபிஆர் கூறுவது சரியே என லண்டன் பல்கலைக்கழகத்தின் க்ளோபல் சேஞ் சயின்ஸ் பேராசிரியர் சைமன் லீவிஸ் தெரிவிக்கிறார்.

உணவுப் பொருள்களில் விலையேற்றம் அதனால் மக்கள் மத்தியில் பதற்றம் என எதிர்காலத்தில் பிரச்சனைகள் ஏற்படும். மேலும் மக்கள் இடம் பெயர்தல் அதிகமாக நடைபெறும் அதனால் சமூகத்தில் சச்சரவுகள் ஏற்படும். இவை அரசியல் ரீதியாகவும் பதற்றங்களை ஏற்படுத்தும் என்கிறார் சைமன்.

இந்த நூற்றாண்டில் அதிவேகமான சமூக மற்றும் சுற்றுச்சூழல் மாற்றம் ஏற்படுகிறது என்பதில மாற்றம் இல்லை. ஆனால் இந்தப் பேரழிவுகளைத் தடுக்க அரசியல் ரீதியான தீர்வுகள் எடுக்கப்படுமா என்பதுதான் தெளிவாக இல்லை.

துர்ஹம் பல்கலைக்கழகத்தின் புவியியல் பேராசிரியரான ஹாரியட் பல்கேலி, “தற்போதைய சூழ்நிலை பாதிப்பை இந்த அறிக்கை காட்டுகிறது” என்கிறார்.

பல சமயங்களில் நாம் நிறைய நல்ல விஷயங்கள் செய்ய வேண்டும் என நினைக்கிறோம். ஆனால், அரசு கொள்கைள்ஆதாரங்களை கொண்டு அமைக்கப்பட வேண்டியுள்ளது.

எனவே அரசியல் ரீதியான கொள்கைகள் மேற்கொள்ள இது ஒரு சாக்காக கூறப்படுகிறது. அரசியல் ரீதியான கொள்கைகளில் மாற்றங் களை கொண்டு வர இன்னும் எந்த மாதிரியான ஆதாரம் தேவை என்பதே எனது கேள்வி, என்கிறார் ஹாரியட்.

5. இந்தியா எதிர்கொள்ளும் சுற்றுச்சூழல் பிரச்சனைகள்

இந்தியாவில் பல சுற்றுச்சூழல் பிரச்சனைகள் உள்ளன. காற்று மாசுபாடு, நீர் மாசுபாடு, குப்பை மற்றும் இயற்கை சூழலுக்கு மாசுபாடு அனைத்தும் இந்தியா எதிர்கொள்ளும் சிக்கல்களாகும்.

1947 முதல் 1995 வரை சுற்றுச்சூழல் பிரச்சனைகள் மிக மோசமாக இருந்தது.

புள்ளி விபரங்கள் மற்றும் உலக வங்கி நிபணர்களின் சூழல் மதிப்பீட்டு ஆய்வுகள்படி 1995 முதல் 2010 வரை இந்தியா அதன் சுற்றுச்சூழல் தரத்தையே மேம்படுத்தும் முயற்சியில் உலகளவில் மிக வேகமான முன்னேற்றம் அடைந்துள்ளது. இன்னும் இந்தியா வளர்ந்த நாடுகளில் அனுபவித்து வரும் சுற்றுச்சூழல் தரத்தை எட்ட நீண்ட கால நடவடிக்கை மேற்கொள்ள வேண்டும்.

இந்தியாவின் வளர்ந்து வரும் மக்கள் தொகை இந்திய சுற்றுச்சூழல் சீரழிவுக்கு முதன்மையான காரணம் என்று கூறப்படுகிறது.

இந்தியாவில் மாசுபாட்டிற்கு முக்கிய காரணம் குப்பை மற்றும் கழிவு அகற்றும் சேவைகளில் ஒருங்கிணைப்பு இல்லாததும் காரணம் ஆகும்.

கழிவு நீர் சுத்திகரிப்பு நடவடிக்கைகள் இல்லாததாலும், வெள்ள கட்டுப்பாடு மற்றும் மழைநீர் வடிகால் இல்லாததாலும், நுகர்வோர் கழிவுகளை முக்கிய ஆறுகளுக்குள் திசை திருப்புவதும், ஆறுகளுக்கு அருகில் தகன நடைமுறைகளை மேற்கொள்வதும், நீரின் மாசு பாட்டிற்கு காரணம்.

அதிக மாசு ஏற்படுத்தும் பழைய பொது போக்குவரத்து மற்றும் 1950 முதல் 1980க்கு இடையில் கட்டப்பட்ட அரசுக்கு சொந்தமான உயிர் உமிழ்வு தொழிற்சாலைகளினாலும் மாசுபாடு ஏற்படுகிறது.

இந்தியாவில் நீர் மற்றும் சுகாதார பிரச்சனைகள் பல சுற்றுச்சூழல் பிரச்சனைகளுடன் தொடர்புடையது.

பிரித்தானியரின் இந்திய ஆட்சி சுற்றுச்சூழல் தொடர்பான பல சட்டங்களை இயற்றியது. இவற்றுள் கடற்கரை தொல்லை சட்டம் 1853 மற்றும் 1857 ஓரியண்டல் எரிவாயு நிறுவனத்தின் சட்டமும் அடங்கும்.

1860 இந்திய குற்றவியல் நடைமுறைச் சட்டம் தானாக முன்வந்து எந்தவொரு பொது நீரூற்று, மற்றும் ஏரி நீரை முறைகேடுகள் செய் பவருக்கு அபராதம் விதித்தது.

பிரித்தானிய இந்தியா காற்று மாசுபாட்டை கட்டுப்படுத்தும் நோக்கில் சட்டம் இயற்றியது. இவற்றுள் முக்கியமானவை 1905 வங்க ஸ்மோக் தொல்லை சட்டம் மற்றும் 1912 பம்பாய் ஸ்மோக் தொல்லை சட்டம். இந்த சட்டங்களின் நோக்கம் தேல்வியடைந்த போதிலும் இந்தியாவில் இத்தகைய சட்டங்கள் சூழல் விதிகளின் வளர்ச்சிக்கு முன்னோடியாக இருந்தது.

பிரிட்டனில் இருந்து சுதந்திரம் பெற்றதும் இந்தியாவின் அரசியலமைப்பு பிரித்தானியரால் இயற்றப்பட்ட பல பழைய சட்டங்களையே பின்பற்றி வந்தது.

பிரிட்டனில் இருந்து சுதந்திரம் பெற்றதும் இந்தியாவின் அரசியலமைப்பு பிரித்தானியரால் இயற்றப்பட்ட பல பழைய சட்டங்களையே பின்பற்றி வந்தது.

சுற்றுச்சூழலை பாதுகாக்கும் எந்த ஒரு குறிப்பிட்ட சட்டமும் அப்போதைய அரசியல் சாசனத்தில் இல்லை.

இந்தியா 1976ல் அதன் அரசியலமைப்புச் சட்டத்தில் திருத்தம் செய்தது. திருத்தப்பட்ட அரசியலமைப்பின் பகுதி IV விதி 48(ஏ) படி சூழலை பாதுகாக்கவும் மேம்படுத்தவும் மற்றும் நாட்டின் காடுகள் மற்றும் வனப்பகுதியை பாதுகாக்கவும் அரசு முயற்சி செய்ய வேண்டும். விதி 51 படி இந்திய அரசு கூடுதல் சுற்றுச்சூழல் ஆணை களை அமல்படுத்தியது.

அண்மைய வரலாற்றில் இந்திய சட்டங்கள் நீர் (தடுப்பு மற்றும் மாசுகட்டுப்பாடு) 1974 சட்டம், வன (பாதுகாப்பு) 1980 சட்டம், மற்றும் காற்று (மாசு தடுப்பு மற்றும் கட்டுப்பாடு) 1981 சட்டம் ஆகியவை அடங்கும்.

காற்று சட்டம் ஸ்டலக் ஹோம் மாநாட்டில் செய்யப்பட்ட முடிவு களின் அடிப்படையில் உருவாக்கப்பட்டது.

போபால் விஷவாயுக் கசிவு சுற்றுச்சூழல் (பாதுகாப்பு) சட்டத்தை இந்திய அரசு இயற்ற காரணமாய் இருந்தது.

இந்தியாவில் 2000ம் ஆண்டில் ஒலி மாசு (ஒழுங்குமுறை மற்றும் கட்டுப்பாடு) விதிகளின் தொகுப்பு இயற்றப்பட்டது)

1985 ஆம் ஆண்டு இந்திய அரசாங்கத்தின் சுற்றுச்சூழல் மற்றும் வனத் துறை அமைச்சகம் உருவாக்கப்பட்டது. இந்த அமைச்சகம் சுற்றுச்சூழல் பாதுகாப்பை கட்டுப்படுத்தவும், உறுதிப்படுத்தவும் பொறுப்பேற்கும்.

இந்திய நடுவண் அரசாங்கம் சட்டங்களை தீவிரமாக அமல்படுத்திய போதும் சுற்றுச்சூழலின் தரம் உண்மையில் 1947லிருந்து 1990க்கு இடையே மோசமடைந்தது.

இந்திய பொருளாதாரம் தேசியமயமாக்கப்பட்டது. இந்தியாவிற்கு சொந்தமான, மற்றும் அரசு நடத்தும் நிறுவனங்கள் விதிமுறைகளை பெரும்பாலும் புறக்கணித்தனர்.

இந்திய மாநில அரசுகள் பெரும்பாலும் மத்திய அரசு இயற்றிய சுற்றுச்சூழல் சட்டங்களை வெறும் காகிதமாகக் கருதின. காடுகள் குறைந்து காற்று, நீர் மாசுபாடு அதிகரித்தது.

1990களில் தொடங்கி சீர்திருத்தங்கள் அறிமுகப்படுத்தப்பட்டன.

காற்று மாசுபாடு, கழிவுகளின் மோசமான நிர்வாகம், வளர்ந்து வரும் தண்ணீர் பற்றாக்குறை, நிலத்தடி நீரின் வீழ்ச்சி, நீர் மாசுபாடு, காடுகள் தரம் மற்றும் பாதுகாப்பு பல்லுயிர் இழப்பு மற்றும் நிலம் அழிப்பு முதலிய முக்கிய சுற்றுச்சூழல் பிரச்சனைகளை இந்தியா இன்று சந்திக்கிறது.

இந்தியாவில் சுத்தப்படுத்தப்படாத கழிவுநீர் காரணமாக ஏற்படும் நீரின் மாசுபாடு பெரும் சிக்கலாக கருதப்படுகிறது.

கங்கை யமுனை போன்ற மக்கள் தொகை அதிகம் உள்ள பகுதிகளில் பிரியும் ஆறுகள் அனைத்தும் மிகவும் அதிகமாக மாசுபட்டு இருக் கின்றன. நீர் வழங்கல் மற்றும் சுகாதாரத்தை மேம்படுத்த அரசு மற்றும் சமூகத்தின் பல்வேறு மாவட்டங்களில் முயற்சிகள் மேற் கொண்ட போதும் அவை போதுமானதாக இல்லை. தற்போது

கங்கை நதி மாசு அடைந்துள்ளது. அதனை சுத்தப்படுத்த மத்திய அரசு நடவடிக்கை எடுத்து வருகிறது.

காற்று (தடுப்பு மற்றும் மாசு கட்டுப்பாடு) சட்டம் 1981ல் நிறைவேற்றப்பட்டது. இதற்குப் பிறகு சில அளவிடக்கூடிய முன்னேற்றங்கள் ஏற்பட்டுள்ளன.

எனினும 2012 சூழல் செயற்பாட்டுச் சுட்டைண் 132 நாடுகளில் மிக குறைந்த காற்று தரம் கொண்ட நாடாக இந்தியாவை மதிப்பிட்டுள்ளது.

குப்பை கூளங்கள் இந்திய நகர்ப்புற கிராமப்புற பகுதிகளில் ஒரு பொதுவான காட்சியாகும். இது மாசுபாட்டிற்கு ஒரு முக்கிய காரணமாக உள்ளது.

இந்திய நகரங்கள் பல 100 மில்லியன் டன்களுக்கு மேற்பட்ட திடக்கழிவை ஒரு ஆண்டில் உருவாக்குகிறது.

தெருமுனைகளில் குப்பை மலைபோல் குவிந்துள்ளது. பொது இடங்களில் மற்றும் தெருவோரங்களில் குப்பை குவிக்கப்பட்டிருப்பதுடன் ஆறுகள் மற்றும் கால்வாய்களில் குப்பை கொட்டப்படுகின்றது.

இந்தியாவில் குப்பை நெருக்கடி அதிகரித்து வருவதற்கு நுகர்தலே காரணம். இந்திய கழிவு பிரச்சனை கூட ஆட்சிமுறையின் ஒரு தோல்வியாக கருதப்படுகிறது.

2000ம் ஆண்டில் இந்தியாவின் உச்சநீதி மன்றம் அனைத்தும் இந்திய நகரங்களில் மறுசுழற்சி மற்றும் உரமாக்கல், வீட்டு கழிவு சேகரிப்பு உள்ளிட்ட ஒரு விரிவான கழிவு மேலாண்மை திட்டத்தை செயல் படுத்த வேண்டும் என்று அறிவுறுத்தியது.

நகரங்களில் வாகனங்களின் தேவையற்ற ஒலிப்பானின் ஓசை அதிக இரைச்சல் ஏற்படுத்துகிறது. அரசியல் நோக்கங்களுக்காகவும் கோயில்கள் மற்றும் மசூதிகளில் போதனைகளுக்காகவும் ஒலி பெருக்கி பயன்பாடு குடியிருப்பு பகுதிகளில் மோசமான ஒலி, மாசு ஏற்படுத்துகிறது.

ஜனவரி 2010ல் இந்திய அரசு நகர்ப்புற மற்றும் கிராமப்புற பகுதிகளில் அனுமதிக்கப்பட்ட இரைச்சல் அளவு விதிகளை வெளியிட்டது.

இந்திய உச்ச நீதிமன்றம் 1980களின் பிற்பகுதியிலிருந்து இந்திய சுற்றுச்சூழல் பிரச்சனைகளைப் போக்குவதில் கவனம் செலுத்தியது.

பெரும்பாலான நாடுகளில் சுற்றுச்சூழல் பிரச்சனைகளை அரசாங்கத்தின் சட்டத்துறை மற்றும் செயற்குழுக்கள் திட்டமிட்டு செயல்படுத்துகின்றன. ஆனால் இந்தியாவின் அனுபவம் வித்தியாசமானது.

இந்திய உச்சநீதி மன்றம் நேரடியாக சுற்றுச்சூழல் சட்டங்களை இயற்றி விளக்கங்கள் அளிப்பதோடு புதிய மாற்றங்களை அறிமுகம் செய்து வருகிறது.

நீதிமன்றம் சூழலை பாதுகாக்க புதிய கொள்கைகள் கொண்டு வந்ததோடு சுற்றுச்சூழல் சட்டங்களுக்கு புதிய விளக்கம் அளித்துள்ளது.

புதிய நிறுவனங்கள் மற்றும் கட்டமைப்புகளை உருவாக்கியதோடு ஏற்கனவே உள்ள அமைப்புகளுக்கு தீர்ப்புகள் மற்றும் தொடர் அறிவுறுத்தல்கள் மூலம் கூடுதல் அதிகாரங்களை வழங்கியது.

தனது ஆணையில் சுற்றுச்சூழல் நடவடிக்கைகள் நடைமுறைப்படுத்துவதற்கான செயல்முறைகள் மற்றும் நிர்வாக நடவடிக்கைகள் மற்றும் தொழில்நுட்ப விபரங்களை வழங்கும்.

இந்திய உச்சநீதி மன்றம் சுற்றுச்சூழல் பாதுகாப்பு சட்டத்தில் புதிய கொள்கைகள் கொண்டு வருவதோடு நீதி வழங்குவதிலும் முன்னோடியாகத் திகழ்வதாக ஆதரவாளர்கள் போற்றுகிறார்கள்.

சுற்றுச்சூழல் பிரச்சனைகள் பற்றிய பொது நல வழக்குகள் மற்றும் நீதிமன்ற நடவடிக்கைகள், இந்திய உச்சநீதி மன்றத்திற்கு மட்டுமின்றி உயர்நீதிமன்றங்களுக்கு சென்றுள்ள மாநிலங்களின் உயர்நீதி மன்றங்களிலும் வழக்குகள் பதிவாகியுள்ளன.

காற்று - நீர் - நிலம் - வனம் முதல் நுண்ணியிரி வரை உள்ள அனைத்து சூழல் அமைப்பின் அங்கமாகும். ஒரு ஆரோக்கியமான சூழல் அமைப்பில் இந்த அங்கங்கள் அனைத்தும் ஒன்றி இருப்பதையே சூழல் அமைப்பு சமநிலை என்று கூறுகிறோம்.

ஆயுர்வேதம், விருக்ஷ ஆயுர்வேதம் ஆகிய நமது பாரம்பரிய அறிவியல் நூல்களில் வன உயிரினங்களின் முக்கியத்துவம் பற்றி மேற்கோள்கள் காணப்படுகின்றன.

உலகில் வாழும் பல்லாயிரக்கணக்கான உயிரினங்களில் மனித இனமும் ஒரு அங்கமாகும். மனிதனுடைய தலையீடு இல்லாமல் ஒவ்வொரு சிற்றினமும் வளர்ச்சியடைந்துள்ளது. ஆகவே பூமியில் வாழ ஒவ்வொரு உயிருக்கும் உரிமை உண்டு.

இயற்கை சூழலில் தானாக வளரும் எல்லா உயிரினங்களையும் வன உயிரினங்கள் எனலாம்.

இந்தியாவில் பல வகையான தாவரங்களும் உயிரினங்களும் காணப்படுவதற்கு காரணம் பல தரப்பட்ட சீதோஷ்ண நிலை மற்றும் புவியமைப்பும் சுற்றுச்சூழலுமே காரணமாகும்.

உலகின் 2 சதவிகித நிலப்பரப்பே இந்தியாவில் உள்ள போதிலும் 8 சதவிகிதமான உயிரிகள் இங்கு காணப்படுவதால் உலகிலுள்ள 12 மிகப்பெரிய பல்லுயிர் பெருக்க நாடுகளில் இந்தியாவும் ஒன்றாக விளங்குகிறது. உலகளவில் கண்டறியப்பட்டுள்ள 1.75 மில்லியன் சிற்றினங்களில் இந்தியாவில் மட்டும் 1,26.188 சிற்றினங்கள் கண்டறியப்பட்டுள்ளன.

இந்தியாவில் கண்டறியப்பட்டுள்ள மொத்த உயிரினங்களின் எண்ணிக்கை 89,450க்கும் மேல் ஆகும். இது உலகில் காணப்படும் விலங்கினத்தில் 7.31 சதவீதம் ஆகும். இதே போல் நமது நாட்டில் 47000க்கும் மேற்பட்ட தாவர வகைகள் உள்ளன. இது உலகில் உள்ள தாவர வகைகளில் 12 சதவீதம் ஆகும்.

உலகில் உள்ள அதிக பல்லுயிர் பெருக்கப் பகுதிகளில் இமய மலையின் கிழக்குப் பகுதி மற்றும் மேற்கு தொடர்ச்சி மலை ஆகிய இரண்டும் இந்தியாவில் உள்ளன.

கிழக்கு இமாலயப் பகுதியில் அதிக அளவில் மிகப் பழமையான தாவரங்கள் இருப்பதால் இப்பகுதியை ‘சிற்றின உயிர்களின் தொட்டில்’ என்றழைக்கிறார்கள்.

இப்பகுதியில் 63% நிலவாழ் பாலூட்டிகள், 60%க்கு மேலான இந்திய பறவைகள் 35 வகையான ஊர்வன மற்றும் 68 வகையான இரு வாழ்விகளில் 20 வகை உலகிலேயே இங்கு மட்டும்தான் உள்ளது.

மேற்குத் தொடர்ச்சி மலை 1500 கி.மீ நீளத்தில் மேற்கு கடற்கரையை ஒட்டி உள்ள மலைப்பகுதியாகும். இம்மலைப் பகுதி இந்தியாவில் 5 சதவிகித நிலப்பகுதியை மட்டுமே கொண்டுள்ளது. இங்கு 490 மர வகைகள் உள்ளது.

இங்கு 490 மர வகைள் உள்ளது. இதில் 308 மர வகைகள் இம்மலைப் பகுதியில் மட்டும் காணக்கூடியது.

இம்மலைப் பகுதியிலுள்ள தாவங்கள் மற்றும் விலங்கினங்கள் அழிவுக்கு உள்ளாகி வருவதாக கணக்கிடப்பட்டுள்ளது. சுமார் 235 சிற்றின பூக்கும் தாவரங்களும் அழியும் தருவாயில் உள்ளன.

மேலும் சிங்கவால் குரங்கு, நீலகிரி, லங்கூர், நீலகிரி வரையாடு, பறக்கும் அணில் மற்றும் மலயர் க்ரே ஹான்ஃபில் போன்றவை இப்பகுதியில் உள்ள அரிய விலங்கினங்களாகும்.

பல்வேறு காரணங்களால் இந்திய வன உயிர்கள் அழிந்து வருகிறது. எண்ணிக்கையிலடங்காத பல சிற்றினங்கள் ஏற்கனவே அழிந்து விட்டது. எஞ்சியிருக்கும் உயிரினங்களில் அதிகமான சதவீதம் அழிந்து விடும் அபாயத்தில் உள்ளது.

மக்கள் தொகை பெருக்கத்தால் இருக்கும் வனங்களெல்லாம் விவசாயத்திற்காகவும், வீடுகளுக்காகவும் மற்றும் பிற தேவைகளுக் காகவும் அழிக்கப்பட்டு வருகிறது.

ஆற்று சூழலமைப்பு, விவசாயம் செய்வதாலும், மண்ணெடுப் பதாலும், திடக்கழிவுகளை கொட்டுவதாலும், கரிம கழிவுகள் கொட்டுவதாலும் பாதிக்கப்படுகிறது.

கடல் சூழலமைப்பு உயிரினங்களை சேகரித்தல் மற்றும் பல வகையான நச்சுக் கழிவுகள் கலப்பதாலும் மாசுபடுகிறது.

விலங்குகள், அவற்றின் தோல், உரோமம், தந்தம், கொம்பு மற்றும் மாமிசம் போன்ற தேவைகளுக்காக வேட்டையாடப்படுகிறது. இதுவே பறவைகள், பாலூட்டிகள், தாவரங்கள் மற்றும் ஊர்வன ஆகியவற்றுக்கு பெரும் அச்சுறுத்தலாக இருக்கிறது.

அந்நிய சிற்றினங்களின் வளர்ச்சியால் 350 பறவையினங்களும், 361 தாவர சிற்றினங்களும் பாதிப்பிற்கு உட்பட்டுள்ளது. தைல மரங்களும், சில்வர் ஓக் மரங்களும் இயற்கையாக சிற்றினங்களின் வளர்ச்சியை தடை செய்து நிலப்பரப்பையும் ஆக்கிரமித்துக் கொள்கிறது.

சர்ச்சைக்குரிய சில அரசு சட்ட திட்டங்களும், சில சட்டங்களின் திறனில்லாத செயல்பாடுகளும் வன உயிரினங்களை பாதித்துள்ளன.

இந்தியா சுதந்திரம் அடைந்த பிறகு காடுகளை அழித்து சாலை அமைத்தல், அணைக்கட்டுதல், தொழிற்சாலைகள் அமைத்தல், காடுகளில் பயிரிடுதல், கட்டடங்கள் எழுப்புதல் போன்ற செயல்களால் 4696 மில்லியன் ஹெக்டேருக்கும் மேலான காடுகள் அழிக்கப்பட்டு விட்டன.

மனிதர்களாலும் இயற்கையான காட்டுத் தீயாலும் காடுகள் அழிந்து புது உயிரினங்கள் வளர்வதை தடுக்கின்றன.

உலக இயற்கை பாதுகாப்பு கூட்டமைப்பின் ஆய்வின்படி உலகளவில் அழிந்து வரும் பறவைகளைப் பொறுத்தவரை 6 ஆம் இடத்தில் இந்தியா உள்ளது. ஆசியாவில் மிக முக்கியமான இரண்டு சிற்றினங்கள் 20 ஆம் நூற்றாண்டில் அழிந்து விட்டன.

சிங்கம் இந்தியாவில் அரிதாக காணப்படும் விலங்கு ஆகும். இவை கிர் காடுகளில் மட்டும் காணப்படுகின்றன. வாழிடங்கள் அழிக்கப்படுவதால் தான் சிங்கங்களின் எண்ணிக்கை குறைந்து காணப்படுகின்றன.

வன உயிரினங்களின் முக்கியத்துவத்தை உணர்ந்து தேசிய மற்றும் சர்வதேச அளவில் அழிந்து வரும் தாவரங்கள் மற்றும் விலங்குகளையும் பாதுகாக்க பல முயற்சிகள் மேற்கொள்ளப் பட்டுள்ளது.

அழிவு நிலையிலுள்ள வனவாழ் தாவர, விலங்கினங்களின் உலகளாவிய வர்த்தக ரீதியான ஒப்பந்தம் 1973 மேற்கூறிய நோக்கத் திற்கு ஒரு முக்கிய மைல் கல்லாக விளங்குகிறது.

இவ்வொப்பந்தத்தில் வனவாழ் தாவர, விலங்கினங்களை அவற்றின் வாழிடங்களில் வைத்து பாதுகாக்க வழிவகை செய்யப்பட்டுள்ள தோடு அவற்றின் முக்கியத்துவமும் அங்கீகரிக்கப்பட்டுள்ளது.

1992 ஆம் ஆண்டு ஐக்கிய நாடுகளின் பல்லுயிர் பெருக்க ஒப்பந்தம் மற்றுமொரு மைல் கல்லாகும்.

1972 ஆம் ஆண்டு இயற்றப்பட்ட வனவுயிர் பாதுகாப்பு சட்டம் தேசிய அளவிலான ஒரு முயற்சியாகும்.

வனவுயிர் சரணாலயங்கள், தேசிய பூங்காக்கள் மற்றும் வனவிலங்கு வாரியங்கள் ஏற்படுத்துதல் போன்றவை இச்சட்டத்தில் இடம் பெற்றுள்ளன. வனவிலங்குகளை வேட்டையாடுதல் தண்டனைக் குரிய செயலாக இச்சட்டம் குறிப்பிடுகிறது.

அழியும் தருவாயிலும் அபாய கட்டத்திலுமுள்ள உயிரினங்களை யும் பல்லுயிர் பெருக்கத்தையும் பாதுகாக்க, பல்லுயிர் பெருக்க பாதுகாப்பு சட்ட திட்டம் வழிவகை செய்கிறது.

வனவிலங்கு பாதுகாப்பு சட்டங்களையும் தாண்டி தனிமனித விழிப்புணர்வும் உறுதிப்பாடும் மிகவும் அவசியமாகிறது. தனிமனித முயற்சி பல்லுயிர் பெருக்க பாதுகாப்பில் ஒரு பெரு மாற்றத்தை ஏற்படுத்தும் என்பதை மக்கள் உணருவதில்லை.

நமக்குள் ஒரு சுயகட்டுப்பாட்டை வளர்த்துக் கொண்டு விலங்கினங் களின் ரோமம், தோல், கொம்பு, நகம், ஓடு, தந்தம் போன்றவற்றில் செய்யப்பட்டுள்ள பொருட்கள் மற்றும் வாசனை திரவியங்கள் வாங்குவதை தவிர்க்க வேண்டும்.

பாதுகாப்பு முயற்சியும் பாதுகாப்பை பற்றிய விழிப்புணர்வையும் மக்களிடையே பரப்புவதை தலையாய கடமையாக கொள்ள வேண்டும்.

அறிவியல் அறிஞர்களின் கூற்றுப்படி மனித ஆரோக்கியத்திற்கு விலங்கினங்கள் மற்றும் தாவரங்கள் மூலாதாரமாக விளங்குகிறது. இதற்கு சுமார் 8000 வகையான தாவரங்களும் சில நூற்றுக்கணக்கான விலங்கினங்களும் பயன்படுகிறது.

பல நாடுகள் அருகிய இனங்களை காப்பதற்கான சட்டங்களை இயற்றியுள்ளன. வேட்டையாடுதலைத் தடை செய்தல், குறிப்பிட்ட பகுதிகளில் வளர்ச்சித் திட்டங்களைக் கட்டுப்படுத்துதல், காப்பகங்களை அமைத்தல் போன்றவை இத்தகைய நடவடிக்கைகளுள் அமையும்.

6. சுற்றுச்சூழல் அறிவுடையோருக்கு மட்டுமே அல்ல!

சுற்றுச்சூழல் என்பது அறிவுள்ளவர்களுக்கு மட்டுமே என்று இருக்கக் கூடாது. அது அனைவருக்கும் எளிமையாகவும், மொழி கட்டுப்பாடுகள் இல்லாமலும் இருக்க வேண்டும்.

நீங்கள் அதைப பெறுவதற்கு பில்கேட்ஸாக இருக்க வேண்டிய தில்லை. சுற்றுச்சூழல் தீர்வுகள் அனைத்து வகுப்பினருக்கும் சமமாக கிடைக்கவில்லை என்றால் சுற்றுச்சூழல் என்பது உண்மையில் மேல் தட்டடுக்கு ஆகும்.

இந்தியாவின் கர்நாடக மாநிலத்தைச் சேர்ந்த தும்கூர் என்ற மாவட்டத்திலுள்ள கிராமத்தில் பிறந்தவர் திம்மக்கா.

பெங்களூரு கிராமப்புற மாவட்டத்திலுள்ள ஹுலிகல்லு எனும் ஊரினைச் சேர்ந்த சிக்கையா என்பவரை மணம் முடித்து திம்மக்கா கணவர் ஊருக்கு குடிபெயர்ந்தார்.

திருமணமாகி பல வருடங்களாகியும் மகப்பேறு இல்லாததால் திம்மக்கா, பொட்டல்காடாக இருந்த கூதூர்ச் சாலைகளின் இரு மருங்கிலும் ஆலமரக்கன்றுகள் நடத் துவங்கினார்.

திம்மக்காவின் இந்தப் பணிக்கு அவரது கணவரும் உதவினார். முதல் வருடத்தில் பத்து மரங்கள், இரண்டாமாண்டில் 15 மரங்கள் என்று பெருகி 8000 மரங்கள் வரை உருவாக்கினார்.

இம்மரங்களைப் பராமரிக்கும் பணியை தற்போது கர்நாடக அரசே ஏற்றுக் கொண்டு விட்டது.

தற்போது திம்மக்கா சாலையின் இரு மடங்கிலும் மரம் நட்டவர் எனும் பொருள்பட கன்னடத்தில் சால மருத என்னும் அடை மொழியோடு சால மருத திம்மக்கா என அறியப்படுகிறார் இவர்.

இந்திய அரசின் தேசியக் குடிமகன் விருது 1995லும், ஹம்பி பல்கலைக் கழகம் வழங்கிய நடோஜா விருது 2010லும், பத்மஸ்ரீ விருது 2019லும் பெற்றுள்ளார் இவர்.

மேலும் கர்நாடக கல்பவல்லி விருது, இந்திராகாந்தி விருது, வாழும் கலை அமைப்பு வழங்கிய விசாலாட்சி விருது என பல விருதுகளைப் பெற்றுள்ளார் சாலமருத திம்மக்கா.

திம்மக்காவின் கணவர் 1991ல் இயற்கை எய்தினார். திம்மக்கா இந்தியாவின் பல மரம் நடும் அமைப்புகளில் பங்கேற்று செயல் பட்டு வருகிறார்.

திம்மக்க முறையான கல்வியைப் பெறவில்லை. அருகிலுள்ள குவாரியில் தான் சாதாரண தொழிலாளியாக ஆரம்பத்தில் வேலை செய்து வந்தார்.

தளம் கொண்ட ஒரு அமெரிக்கச் சுற்றுச்சூழல் நிறுவனமான லாஸ் ஏஞ்சல்ஸ் மற்றும் ஓக்ஸாண்ட், கலிபோர்னியா தமது கல்வி நிறுவனங்களுக்கு திம்மக்கா பெயரை சூட்டியுள்ளது.

கர்நாடகாவின் மத்திய பல்கலைக்கழகம் 2020 ஆம் ஆண்டு திம்மக்காவுக்கு கௌரவ டாக்டர் பட்டத்தை வழங்கியிருக்கிறது.

திம்மக்கா தனது ஆரம்ப காலத்தில் தமது ஊரான கூதூரில் ஆலமரங் களை நட்டுப் பராமரிக்க தனது செல்வத்தை எல்லாம் செலவழித் தார்.

மரக்கன்றுகளுக்கு தண்ணீர் பாய்ச்ச நான்கு கிலோ மீட்டர் தூரத்திற்கு நான்கு இடம் தண்ணீரை சுமந்து வந்து முட்புதர்களால் வேலி அமைத்து கால்நடைகளை மேய்ச்சலில் இருந்து பாது காத்தார். 8000க்கு மேற்பட்ட ஆலமரங்களை சாலையெங்கும் வளர்த்த திம்மக்காவுக்கு 2019ல் ஒரு சோதனை ஏற்பட்டது.

பாகே பள்ளி - ஹலகுரு சாலையை விரிவுபடுத்தும் பணிக்காக அவர் நட்டு வளர்த்த 385 ஆலமரங்கள் வெட்டப்படும் அபாயம் ஏற்பட்டது.

திட்டத்தை மறுபரிசீலனை செய்யுமாறு முதல்வர் எஸ்.டி.குமார சாமி மற்றும் துணை முதல்வர் ஜி. பரமேஸ்வராவிடம் திம்மக்கா கோரிக்கை விடுத்தார். இதனால் 70 ஆண்டுகள் பழமையான மரங்களை காப்பாற்ற மாற்று வழிகளைத் தேட அரசு முடிவு செய்தது.

திம்மக்கா காடு வளர்ப்பு நிகழ்ச்சிகளுக்கு தொடர்ந்து பல்வேறு இடங்களுக்கும் சென்று வருகிறார்.

தனது கணவரின் நினைவாக தனது கிராமத்தில் ஒரு மருத்துவமனை கட்ட வேண்டும் என்ற ஒரு கனவையும் கொண்டுவந்தார். அதற்காக ஒரு அறக்கட்டளை தொடங்கப்பட்டுள்ளது.

1999ல் ‘திம்மக்கா மாத்து 284 மக்கள்’ என்ற தலைப்பில் ஒரு ஆவணப்படம் சர்வதேச திரைப்பட விழாவில் 2000 ஆம் ஆண்டில் இடம் பெற்றது.

2016ஆம் ஆண்டு சாலு மரதா திம்மக்கா பிரிட்டிஷ் ஒலிபரப்புக் கழகத்தால் உலகின் மிகவும் செல்வாக்குமிக்க மற்றும் ஊக்க மளிக்கும் பெண்களில் ஒருவராக பட்டியலிடப்பட்டார்.

109 வயதான சுற்றுச்சூழல் ஆர்வலர் சாலுமரதா திம்மக்காவுக்கு தனியார் மருத்துவமனை ஒன்றில் இடுப்பு அறுவை சிகிச்சை அளிக்கப்பட்டது. அவரது வயது முதிர்ந்த நிலைதான் குணமடை யும் வேகத்தை தீர்மானிக்கும் என மருத்துவமனை வட்டாரங்கள் கூறின.

பெங்களூரிலிருந்து 45 கி.மீ தொலைவில் உள்ள ஹுலிகள் மற்றும் கூதூரைச் சேர்ந்த சாலைகளில் திம்மக்கா வளர்த்த ஆலமரங்களின் வேர்கள சாலைப் பணிகள் காரணமாக பாதிக்கப்பட்டுள்ளதால் அந்த மரங்களை காப்பாற்றுமாறு அறுவை சிகிச்சையின்போது படுக்கையில் இருந்த 109 வயது திம்மக்கா கண் கலங்க கோரிக்கை வைத்தார்.

7. இயற்கை பேரிடரை இந்தியா தாங்குமா?

திடீரென்று ஏற்படும் மின்னல் மற்றும் இடிகளை தாங்கும் அளவுக்கு இந்தியாவில் பாதுகாப்பு அம்சங்கள் உள்ளதா என்ற கேள்விக்கு 'இல்லை' என்பதே வானிலை வல்லுனர்களின் ஏகமனதாக பதிலாக உள்ளது.

வட இந்தியா முழுவலும் சமீபத்தில் ஏற்பட்ட அதிவேக காற்று மற்றும் மின்னல் தாக்குதலில் குறைந்தபட்சம் 123 பேர் இறந்த பின்னர் இந்த கேள்வி எழுந்துள்ளது.

மேலும் வரும் நாட்களில் மோசமான வானிலை தொடர்வதற்கு வாய்ப்புள்ளதாகவும், வானிலை மாற்றத்தை தொடர்ந்து கண்காணித்து வருவதாகவும் இந்திய வானிலை ஆய்வு மையத்தின் விஞ்ஞானி சதிதேவி கூறியுள்ளார்.

குறுகிய கால கண்ணோட்டத்தில் இதை பார்த்தால் மேற்கத்திய இடையூறுகள் மற்றும் வெப்ப மண்டலத்திற்கும் இடையிலான மோதல்களால் தூண்டப்பட்ட ஒரு தனிப்பட்ட சம்பவம் என்று நிபுணர்கள் நம்புகின்றனர்.

நீண்டகால கண்ணோட்டத்தில் பார்க்கும்போது மின்னல் மற்றும் மோசமான வானிலை ஏற்படுவதற்கு காரணமாக புவி வெப்பமடைதலை கருதுகின்றனர். கடந்த 20 ஆண்டுகளில் ஏற்பட்ட குறாவளிகளில் இது மிகவும் மோசமானது என்று அதிகாரிகள் கூறுகின்றனர்.

நாட்டின் பல மின்னல் பாதிப்புள்ள பகுதிகளில் பணியாற்றிய அனுபவமுள்ள ஜார்கண்ட் மாநில பேரிடர் மேலாண்மை அதிகாரியான சஞ்சய் ஸ்ரீவஸ்தவா, பருவமழை துவங்குவதற்கு முன்பு செய்ய வேண்டிய முன்னேற்பாடுகளில் ஏற்பட்டுள்ள தொய்வே புழுதிப்புயல் மற்றும் மின்னலால் ஏற்பட்டுள்ள அழிவிற்கு முக்கியமான காரணமென்று கூறுகிறார்.

மோசமான வானிலை நிலவும் சூழ்நிலையின்போது தங்களை தற்காத்துக் கொள்வதற்கு எடுக்க வேண்டிய முன்னெச்சரிக்கை நடவடிக்கைகள் குறித்த விழிப்புணர்வு மக்களிடம் இல்லாமலிருப்பதும் பேரழிவிற்கான காரணங்களுள் ஒன்றென அவர் கூறுகிறார்.

மின்னற் பாதிப்பு அதிகமுள்ள பகுதிகளிலுள்ள கட்டடங்கள் மற்றும் உயர்ந்த பகுதிகளில் பொதுவாக வைக்கப்படும் இடிதாங்கிகள் போன்ற அடிப்படை கட்டமைப்புகள் கூட இந்தியாவில் பரவலாக அமைக்கப்படுவதில்லை.

கடந்த 2017ஆம் ஆண்டு ஏற்பட்ட மின்னல் தாக்குதல் சம்பவங்களில் மட்டும் 3500க்கும் அதிகமானோர் உயிரிழந்துள்ளதாக ஸ்ரீவஸ்தவா கூறுகிறார். ஆனால் அதே காலகட்டத்தில் அமெரிக்காவில் நடந்த மின்னல் பாதிப்பு சம்பவங்களோடு ஒப்பிடும்போது வெறும் 16 பேர் மட்டுந்தான் உயிரிழந்துள்ளனர்.

தற்காப்பு நடவடிக்கைகள் உடனடியாக எடுக்கப்படவில்லை என்றால் மேலும் பல பாதிப்புகள் ஏற்படுவதற்கு வாய்ப்புள்ளதாக வல்லுநர்கள் எச்சரிக்கின்றனர். இதுபோன்ற பாதிப்புகள் பற்றிய புரிதல்களை ஏற்படுத்துவதற்கு அடிப்படை தேவையாக கருதப்படும் ஆபத்து வரைபடத்தை இந்தியாவின் பல மாநிலங்கள் இதுவரை

தயார் செய்யவில்லை என்று வல்லுநர்கள் தெரிவிக்கின்றனர். மின்னல் பாதிப்புள்ள ஒவ்வொரு பகுதியிலும் ஏற்படுத்த வேண்டிய பாதுகாப்பு நடவடிக்கைகளை கண்டறிவதற்கு மின் உணர்திறன் சோதனைகள் நடத்தப்படவேண்டும் என்று அவர்கள் கூறுகிறார்கள்.

உதாரணத்திற்கு, மோசமான மின்னல் அல்லது உயிரிழப்பை ஏற்படுத்தக்கூடிய அளவுக்கு ஆபத்தான சூறாவளி வீசும் இடங்களாக அடையாளம் காணப்பட்டுள்ள பகுதிகளில் 'டோப்லர் ரேடார்கள்' உடனடியாக அமைக்கப்படவேண்டும்.

டோப்லர் ரேடார்கள் காற்றின் திசை வேகம் மற்றும் திசை வேகத்தை அறிவதற்கு பயன்படுகிறது. இந்தியாவில் இத்தகைய ரேடார்கள் வெறும் 27 தான் உள்ளது.

ஆந்திரப்பிரதேசம், கேரளா, ஜார்கண்ட் மற்றும் ஒரிசா போன்ற இந்திய மாநிலங்கள் ஆபத்து வரைபடங்கள் மற்றும் இயற்கை பேரிடர்களை கண்காணிக்கும் அமைப்புகளையும் நிறுவியுள்ளது.

மாணவர்களிடத்தில் விழிப்புணர்வை ஏற்படுத்தும் வகையில் பேரிடர் மேலாண்மை குறித்த விடயங்கள் ஜார்கண்ட் மாநில பள்ளிப் பாடத்திட்டத்தில் சேர்க்கப்பட்டுள்ளது. மேலும், உள்ளூர் வானொலி மற்றும் செய்தித்தாள்களின் மூலம் விவசாயிகளிடையே பல்வேறு வகையான காலநிலை அமைப்புகள் மற்றும் அது ஏற்படுத்தும் பாதிப்புகள் குறித்து விழிப்புணர்வு ஏற்படுத்தப்படு கிறது. மேலும், ஜார்கண்டில் கட்டப்படும் கட்டடங்களில் இடிதாங்கி அமைப்பது கட்டாயமாக்கப்பட்டுள்ளது.

குறைந்த மின்னழுத்த மின்னல்களை கண்காணிக்கும் அமைப்புகள் ஆந்திராவில் நிறுவப்பட்டுள்ளது. கேரள மாநில பேரிடர் மேலாண்மை நிறுவனத்தின் கட்டடத்தில் ஒரு ஃபாரடே கூண்டு கம்பி அல்லது உலோக தகடுகளின் ஒரு கொள்கலன் பொருத்தப் பட்டுள்ளது. இது வெளிப்புற மின் தாக்குதல்களிலிருந்து கட்டிடங் களை பாதுகாக்கிறது. விமான நிலையங்களில் நிறுத்தப்படும் விமானங்களை பாதுகாப்பதற்கு இதேபோன்ற கூண்டு போன்ற அமைப்பு பயன்படுத்தப்படுகிறது.

தேசிய அளவில் பார்க்கும்போது மின்னல் மற்றும் இடித் தாக்குதல்களை கண்காணிக்கும் அமைப்பை இந்திய விண்வெளி ஆராய்ச்சி நிறுவனமான இஸ்ரோ ஏற்படுத்தியுள்ளது.

இதற்கான முன்னோட்டமானது நாக்பூர், ராஞ்சி, கொல்கத்தா புவனேஷ்வர் மற்றும் ராய்ப்பூர் ஆகிய நகரங்களில் கடந்த ஆண்டு நிறைவடைந்துள்ளது. இந்த அமைப்பு இன்னும் 18 நகரங்களுக்கு விரிவுப்படுத்தப்படுகிறது.

'மக்களின் உயிர் மற்றும் சொத்துகளை பாதுகாப்பதற்கு இந்த பணிகள் வேகமாக முடிக்கப்பட வேண்டும்' என்று ஸ்ரீவஸ்தவா கூறுகிறார்.

'இந்தியாவில் அதிகபட்ச உயிரிழப்புகளை ஏற்படுத்தும் ஒற்றை இயற்கை பேரிடராக இருக்கும் மின்னல் தாக்குதலை தேசிய பேரிடராக அறிவிக்க வேண்டும்' என்று அவர் மேலும் கூறுகிறார்.

இந்தியாவில் தேசிய பேரிடராக அதிகாரப்பூர்வமாக அறிவிக்கப் பட்டுள்ள 12 பேரிடர்களில் மின்னல் தாக்குதல்கள் இடம் பெற வில்லை.

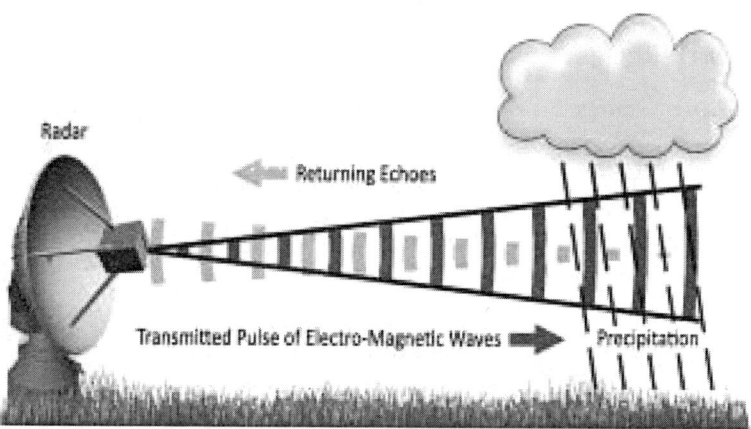

8. கழிவுப் பொருளை வளமாக்குவோம்!

கழிவுப்பொருள் மேலாண்மை என்பது கழிவுப் பொருட்களை சேகரித்தல், கொண்டு செல்லுதல், பாதிப்பில்லாத உருவுக்கு மாற்றல், மீள் சுழற்சிக்குள்ளாகுதல் அல்லது நீக்குதல் மற்றும் கழிவுப் பொருட்களை கண்காணித்தல் ஆகிய செயற்பாடுகளை உள்ளடக்கியதாகும்.

இந்தச் சொல் பொதுவாக மனிதச் செயல்பாடுகளால் விளையும் கழிவுப் பொருட்களைக் குறிக்கும்.

கழிவுப் பொருட்களால் மனிதனின் உடல்நலம், சுற்றுச்சூழல் அல்லது அழகியல் தன்மை ஆகியவற்றில் ஏற்படும் பாதிப்பை முடிந்த அளவு தடுக்கவோ, குறைக்கவோ மேற்கொள்ளப்படுகிறது.

வள ஆதாரங்களை கழிவுப் பொருட்களில் இருந்து மீட்டெடுக்கவும் கழிவுப் பொருள் நிர்வாகம் தேவை.

கழிவுப் பொருள் நிர்வாகத்தில் திண்ம, நீர்ம, வளிம கழிவுகளையும், சில வேளைகளில் கதிரியக்க பொருட்களையும் கையாள வேண்டிய சூழ்நிலைகள் ஏற்படலாம்.

ஒவ்வொரு வகை கழிவுக்கும் அதற்கேற்ற தனிப்பட்ட முறை களை அதற்கான வல்லுநர்களின் உதவியுடன் கவனத்துடன் செயலாற்ற வேண்டும்.

கழிவுப் பொருட்களை ஒரு குப்பை நிரப்பு நிலத்தில் நிரப்புவது என்பது கழிவுப் பொருட்களை (குப்பையை) குழியில் புதைப்ப தாகும். இந்த நடைமுறை பல்வேறு நாடுகளில் பொதுவாக காணப் படுகிறது.

குப்பை நிரப்பு நிலங்களுக்காக கைவிட்ட அல்லது பயன்பாட்டில் இல்லாத கற்சுரங்கங்கள், சுரங்கவியல் குழிகள் போன்றவை ஆக்கிரமிக்கப்படுகின்றன.

சரியான முறையில் வடிவமைக்கப்பட்ட மற்றும் நன்கு நிர்வகிக்கப் பட்ட குப்பை நிரப்பு நிலமானது கழிவுப் பொருள்களை அகற்ற அல்லது நீக்க சுகாதாரமானதாகவும் ஒப்பீட்டளவில் குறைந்த செலவுடையதாகவும் இருக்கும்.

பழைய சரியாக வடிவமைக்காத அல்லது சரியாக நிர்வகிக்காத குப்பை நிரப்பு நிலங்கள் காரணமாக பலவகையான சுற்றுச்சூழல் பாதிப்புகள் ஏற்படுகிறது.

காற்று அடித்துச் சென்ற குப்பைகள் மீண்டும் சுத்தம் செய்த இடங்களில் பரவுதல், ஊறு விளைவிக்கும் பூச்சிகள் பரவுதல், வேதிப் பொருட்கள் கலந்த கழிவுநீர் முதலானவை, துர்நாற்றப் பிரச்சனை யாவும் ஏற்படுகிறது.

ஒரு நவீன குப்பை நிரப்பு நிலவடிவமைக்கும் முறையின் இயல்பு களிமண் அல்லது பிளாஸ்டிக்கால் ஆன அக உறைகள் கொண்ட தொட்டிகளை திரவக் கரைசல் வெளியேறாமலிருக்க தொட்டி களுக்கு உள்ளேயே அடக்குவதற்காக அமைப்பதாகும்.

கழிவுப் பொருட்களை எரித்து சாம்பல் மற்றும் வாயு மீதிகளாக அகற்றும் முறையும் உள்ளது. எரிசூளைகள் கழிவுப் பொருட்களை வெப்பம், வளி, நீராவி மற்றும் சாம்பலாக மாற்றுகிறது. இதனால் திண்ம கழிவுப் பொருட்கள் இருபது முதல் முப்பது சதவீதம்

குறைவடைகின்றது. இத்தகைய சாம்பலாக்கும் முறை வெப்பப் பரிகார முறை என்று கூறப்படுகிறது.

சிறு அளவில் தனிப்பட்ட மனிதர்களாலும், பெரிய அளவில் தொழிலகங்களாலும் கழிவுப் பொருட்கள் சாம்பலாக்கப்படு கின்றன.

திட, திரவிய மற்றும் வளிப்பொருளாக இருக்கும் கழிவுப் பொருட் களை அம்முறையில் அகற்றலாம். சில வகை இடர் விளையக்கூடிய கழிவுப் பொருட்களை உயிரியல் மற்றும் மருத்துவ கழிவுப் பொருட்களை அகற்ற அதுவே நடைமுறைக்கு ஒத்த அங்கீகாரம் பெற்ற அகற்றும் முறையாகும்.

சாம்பலாக்குதல் என்பது சர்ச்சைக்குரிய கழிவுப் பொருட்களை அகற்றும் முறையாகும். ஏன் என்றால் அதன் மூலம் வெளியாகும் வரிகள் கொண்ட மாசுபடுத்திகள் பிரச்சனைகளை எழுப்புவதாகும்.

சாம்பலாக்கிகளில் எரிப்பது எப்பொழுதும் கச்சிதமாக நடப்ப தில்லை. மேலும் வாயுப்பொருட்களாக வெளியேறும் நுண்ணிய மாசுபடுத்திகளால் பாதிப்பு ஏற்படலாம்.

சாம்பலாக்கிகளில் உற்பத்தியாகி வெளியேறினால் அருகாமை யிலுள்ள சுற்றுப்புறம் மாசுபடும்.

செடிகளின் தழை, இலை போன்ற பொருட்கள், உணவுப்பொருள், காகிதப் பொருட்கள் போன்ற இயற்கையாகவே கரிமப்பொருளாக இருக்கும் கழிவுப் பொருட்கள், உயிரியல் கழிவை ரீதியில் மக்குதல் மற்றும் செரித்தல் போன்ற முறைகளை பயன்படுத்தி கரிமம் பொருட்களை மக்கி உருச்சிதைத்து விடலாம்.

அதன் பயனாக கிடைக்கும் கரிமம் பொருளை மீள் சுழற்சி யெ்து பத்திரக்கலவை அல்லது கூட்டுரமாக வேளாண் மற்றும் நில வடிவமைத்தல் போன்ற தேவைகளுக்கு பயன்படுத்தலாம்.

மேலும் இந்தக் கழிவுப் பொருள் வாயுக்களை மீட்கலாம் மற்றும் அதை மின்சாரம் உற்பத்தி செய்வதற்கு பயன்படுத்தலாம்.

கூட்டுரமாக்கல் மற்றும் செரித்தலுக்கு பல வகையான முறை
களை மற்றும் தொழில் நுட்பங்களை பயன்படுத்தலாம்.

கழிவுப் பொருள் நிர்வாகத்தில் ஒரு முக்கியமான முறையானது
கழிவுப்பொருள் உற்பத்தியாவதை குறைப்பது, அதை கழிவுப்
பொருள் குறைப்பு என கூறுவார்கள்.

கழிவுப் பொருட்களை சேகரிக்கும் முறைகள் நாடுகளுக்கிடையில்
மற்றும் பிரதேசங்களுக்கிடையே வேறுபடுகின்றன. வீட்டுக் கழிவுப்
பொருட்களை சேகரிக்கும் சேவைகளை பெரும்பாலும் ஊராட்சி
அரசு அதிகாரிகள் அல்லது தனியார் தொழில் முனைவோர்
வழங்குவர்.

கழிவுப் பொருட்களை சாலையோரத்தில் சேகரிக்கும் முறை பயன்
படுத்தப்படுகிறது. ஒவ்வொரு நகர வீட்டு குடியிருப்புக்கும் மூன்று
மூடு தொட்டிகள் வழங்கப்படுகிறது.

கழிவுப் பொருள் மற்றும் கழிவுப் பொருள் நிர்வாகத்தை பொறுத்த
வரை, கல்வி மற்றும் விழிப்புணர்வு பெறுதல் மிகவும் முக்கிய
மாகும்.

அதுவும் உலக அளவிலான வளங்களுக்கான நிர்வாகத்திற்கான
கண்ணோட்டத்தில் மிகவும் முக்கியமானதாகும்.

'உங்கள் விசயத்தை நீங்கள் அறிந்திருந்தால் உங்கள் அறிவை
திறம்பட பகிர்ந்து கொள்ள முடிந்தால் ஒரு பெண்ணாக இருப்பது
பெரும்பாலும் ஒரு சொத்து' என்று அல்மித்ரா படேல் கூறுகின்றார்.

திடக்கழிவு மேலாண்மை குறித்த போராளியாக அறியப்பட்டவர்
கல்மித்ரா படேல்.

1970களில் அல்மித்ரா படேல் கிர் சிஸ்களைக் காப்பாற்றுவது,
மரங்களின் பாதுகாவலாளியாக இருப்பது, அல்சூர் ஏரியைச்
சேமிப்பது, போராளியாக அனைத்து பிரச்சனைகளிலும் தீவிரம்
காட்டி வந்தார்.

அல்மித்ரா சுற்றுச்சூழல் கொள்கை வாதிடுவதில் வல்லவராகத்
திகழ்ந்தார். அவர் தற்போது பல்வேறு சமூக அமைப்புகள்,

அரசாங்கக் குழுக்களில் திடக்கழிவு மேலாண்மை சிக்கல்களுக்காக போராடி வருகிறார்.

இயற்கையின் படைப்பில் எதுவும் கழிவில்லை. ஆனால் மனிதர்களின் ஒவ்வொரு படைப்பு முயற்சிக்கு பின்னும் கழிவுகள் உண்டு.

சமையல் கழிவும், உணவுக்குப் பின் தூக்கி வீசப்படுகின்ற பிளாஸ்டிக் பேக்கிங் பொருட்களும் அவற்றுள் முக்கியமானவை.

70களுக்குப் பிறகு பிளாஸ்டிக் பொருட்களின் பயன்பாடு அதிகரிக்கத் தொடங்கியது. பதப்படுத்தப்பட்ட ரெடிமேட் உணவுப் பொருட் களைச் சாப்பிட்டதும் பாக்கிங் செய்யப்பட்ட பிளாஸ்டிக் கழிவுகள், சமையல் கழிவுகளுடன் கலந்து வீசப்படுகின்றன.

ஒரு கட்டத்தில் இந்தக் கழிவுகள் மலையளவு குவிகின்றன. இதில் பிளாஸ்டிக் கழிவு அதிகமாக உள்ளன.

நகரங்களில் மலையளவு குவிந்து விட்ட அந்த பிளாஸ்டிக் கழிவு களை சுத்தப்படுத்த முனைப்போடு புறப்பட்டு எழுந்து வந்த பெண் தான் அல்மித்ரா படேல்.

பெங்களூரைச் சேர்ந்த இந்தப் போராளி மங்கை 1996ல் நாட்டில் உள்ள 300 நகரங்களில் உள்ள திடக்கழிவுகளை மேலாண்மை செய்ய வேண்டும் என்று உச்சநீதிமன்றத்தில் பொதுநல வழக்குத் தொடுத்தார்.

இப்படியொரு வழக்கை இந்தியா அப்போது தான் முதன் முறையாக சந்தித்தது.

இவருடைய தந்தை பெரோஸ் சித்வா சுதேசி சிந்தனை கொண்ட தொழிலதிபர். அல்மித்ராவின் தாய் டெமினா. கணவருக்குத் துணையாக தொழிற்சாலையைக் கவனித்து வந்தார்.

1959ஆம் ஆண்டில் அல்மித்ரா படேல் மாசசூசெட்ஸ் தொழில் நுட்பக் கழகத்தின் எம்ஐடி பட்டம் பெற்ற முதல் இந்தியப் பெண் பொறியாளர் ஆவார்.

அல்மித்ரா படேல் 1936ல் பிறந்தவர். அவர் ஒரு இணை கல்விப் பள்ளியில் 5ஆம் வகுப்பு படிக்கும்போது அனைத்து ஆண் குழந்தைகளுக்கும் அறிவியல் பாடம் மற்றும் பெண்களுக்கு வீட்டு வேலைகள் ஒதுக்கப்பட்டன.

இருப்பினும் இடதுகைப் பழக்கம் உள்ளவர் என்பதால் தையல் தொழில் எளிதாக இருந்தது. அவரது தந்தை பெரோஸ் சித்வா பள்ளியில் பேசி தனது மகளை அறிவியல் படிக்கச் சொன்னார். அவளும் அவளது உறவினரும் பார்ன்ஸ் உயர்நிலைப் பள்ளியில் அறிவியலைப் படித்து முதல் இரண்டு பெண்களாக இருந்தனர்.

அடுத்தடுத்த ஆண்டுகளில் அல்மித்ரா தனது தந்தை இரண்டாம் உலகப் போரின்போது ஒரு தொழிலதிபராக வேலை செய்வதைக் கண்டார்.

1922ல் பம்பாயில் அவர் பாரத் டைல்ஸ் நிறுவனத்தை தொடங்கினார். இருப்பினும் இரண்டாம் உலகப் போரின் போது ஜெர்மனி

அரபிக்கடலை முற்றுகையிட்டபோது அனைத்து சிமெண்டுகளும் இராணுவ முகாம்களின் கட்டுமானத்திற்காக பயன்படுத்தப்பட்ட தால் இறக்குமதி எதுவும் இல்லை.

ஒரு யூத செகோஸ்லாவாகிய விற்பனையாளரின் தொடர்பில் அல்மித்ராவின் தந்தையின் வணிக வாழ்க்கை தடம் மாறியது.

ஃபெரோஸ் தனது குடும்பத்தை இழந்து ஆஸ்திரேலியாவில் சிக்கித் தவிக்கும் யூத சிராய்ப்பு தயாரிப்பு மேலாளரான எஃபிலிமாவின் கப்பல் பயணத்திற்கு பணம் செலுத்தினார்.

இந்த உதவிக்கு ஈடாக அந்த நேரத்தில் பிரிட்டிஷ் இராணுவத்திற்கு தேவையான அரைக்கும் சக்கரங்ளை உற்பத்தி செய்யும் தொழில் நுட்பம் பெரோஸுக்கு கற்பிக்கப்பட்டது. இந்த முயற்சியானது இந்தியாவில் அரைக்கும் சக்கரங்களைக் கொண்டு கிரைண்ட் வெல் நிறுவனமான மாறியது.

அவரது தந்தை இந்தியாவிற்குப் பொறியாளர்களை உருவாக்குவதில் ஆர்வமாக இருந்தார். மேலும் தனது மகள் ஒரு பொறியாளராக வர வேண்டுமென விரும்பினார்.

பர்னேஷ் உயர்நிலைப்பள்ளி, புனேவில் உள்ள வாதியா கல்லூரி ஆகியவற்றில் பள்ளிக் கல்வியை முடித்த அல்மித்ரா மும்பையில் உள்ள அறிவியல் கழகத்தில் வேதியியல் மற்றும் தாவரவியலில் இளநிலைப் பட்டம் பெற்றார்.

அதன்பின் அமெரிக்காவில் உள்ள மாசா சூசெட்ஸ் இன்ஸ்டிடியூட் ஆஃப் டெக்னாலஜியில் அல்மித்ரா படேல் பொறியியலில் சேர்ந்து படித்தார். அங்கு செராமிக்ஸ் துறையில் முதுநிலைப் பட்டம் பெற்றார்.

இந்தியா திரும்பியதும் தந்தையின் நிறுவனத்தில் ஐந்து ஆண்டுகள் பணியாற்றினார். 1962ல் ஹோஷங் படேலை மணம் புரிந்தார்.

அல்மித்ரா தனது தாய் தெஹ்மியை ஒரு முன் மாதிரியாகக் கருதினார். ஒரு சுதந்திரமான மற்றும் குறிப்பிடத்தக்க பெண்மணி யான அவர் எப்போதும் குடிமைப் பிரச்சனைகளில் ஈடுபட்டிருந் தார். மேலும் சரஸ்வதி கல்விச் சங்கத்தை நிறுவி நடத்தி வந்தார்.

அல்மித்ரா 1969 முதல் 1971 வரை பம்பாய் இயற்கை வரலாற்றுக் கழகத்தின் கிர்சிங்கங்கள் பாதுகாப்புத் திட்டத்தின் கௌரவ திட்ட இயக்குநராக செயலாற்றினார்.

கணவரது வியாபாரம் காரணமாக 1972ல் பெங்களூருக்கு அல்மித்ரா குடிபெயர்ந்தார்.

அச்சமயத்தில் பெங்களூர் நகரத்தின் எல்லை லிங்கராஜபுரம் ரயில் பாதையுடன் முடிந்து விடும். அதற்குப் பிறகு ஒவ்வொரு மூன்று கிலோ மீட்டருக்கும் ஒரு கிராமம் இருக்கும். வீட்டுக்கு அருகே வயல்வெளிகளாக இருக்கும்.

அல்மித்ராவின் தந்தை மரணங்களின் காதலர் என்பதால் அவர் இறந்தவுடன் அவரது நினைவாக சுமார் இரண்டு கிலோ மீட்டர் தூரத்திற்கு மரங்களை நட்டார்.

ஆனால் சாலைகளை விரிவுப்படுத்த அந்த மரங்களை எல்லாம் அரசு வெட்டி விட்டது. பிறகு மெல்ல மெல்ல கிராமங்களும் காணாமல் போய் விட்டன.

இவ்வாறு கிராமங்கள் காணாமல் போக அந்த இடத்தை குப்பைக் கொட்டுவதற்கான இடமாகப் பயன்படுத்திக் கொண்டனர்.

குப்பை மேடுகள் பெருகப் பெருகத் தெரு நாய்களும் அதிகரித்தன. அவற்றால் அந்தச் சுற்றுப்புறத்தில் உள்ள மக்கள் பெரிதும் அவதிப் பட்டனர்.

அது குறித்து அல்மித்ரா படேல் நகராட்சிக்கு எத்தனையோ முறை கடிதம் எழுதினார். ஆனால் பதில் வரவே இல்லை. பலமுறை நகராட்சி அலுவலகங்களுக்குச் சென்றும் பயனில்லை.

நாட்டிலுள்ள ஒவ்வொரு நகரத்திலும் இப்படி மலைபோலத் தேங்கிக் கிடக்கும் குப்பையை அகற்ற அரசை நிர்ப்பந்திக்க வேண்டும் என்று அப்போதே முடிவெடுத்தார் அல்மித்ரா படேல்.

அச்சமயம் அல்மித்ரா படேலுக்கு ஆதரவாக சென்னை எக்ஸ்னோரா அமைப்பைச் சேர்ந்த கேப்டன் ஜே.எஸ். வேலு நின்றார்.

1994ல் குஜராத் மாநிலம் சூரத் நகரில் பிளேக் நோய் பரவியது. மழைநீர் செல்லும் கால்வாய்களை பிளாஸ்டிக் குப்பைகள் அடைத்துக் கொண்டதுதான் இதற்கு முக்கிய காரணம்.

இதனால் நீர் வெளியேற முடியாமல் ஆங்காங்கே தேங்கி நின்றது. இந்தக் குப்பை சகதியில் எலிகள் அதிகரித்தன. அதனால் பிளேக் பரவியது.

அல்மித்ரா படேலும் கேப்டன் வேலுவும் நகரங்களில் சிறந்த முறையில் குப்பையை அகற்றுவது குறித்து விழிப்புணர்வு ஏற்படுத்த முடிவு செய்தார்கள். சாலைவழிப் பயணம் மூலமாக 30 நகரங்களை 30 நாளில் அடைய நினைத்தார்கள்.

1994 அக்டோபர் 2 அன்று 'கிளீன் இந்தியா பிரசாரம்' என்ற பேரணியைத் தொடங்கினார்கள். அந்தப் பேரணி பிறரிடமிருந்து கற்றுக் கொள்வதற்கும் அவர்களிடமிருந்து பிறர் கற்றுக் கொள்வ தற்கும் ஏதுவான பயணமாக இருந்தது.

பேரணி மற்றும் பிரச்சாரங்களுக்குப் பின்னும் அரசு எந்த நடவடிக்கையும் மேற்கொள்ளவில்லை.

இந்நிலையில் 1996ல் உச்சநீதி மன்றத்தில் வரலற்றுப் புகழ்பெற்ற அந்தப் பொதுநல வழக்கை அல்மித்ரா தொடர்ந்தார்.

நீதிமன்றம் அமைத்த எட்டு நபர் நிபுணர் குழுவில அல்மித்ரா படேலும் ஒருவர்.

அந்த வழக்கின் விளைவாக 2000ல் திடக்கழிவு மேலாண்மை விதிகள் கொண்டு வரப்பட்டது.

அல்மித்ரா படேவழக்கில் 300 நகரங்களில் உள்ள குப்பையை நீக்க வேண்டும் என்று தான் கோரியிருந்தார்.

ஆனால் நீதிமன்றம் 4000 நகரம் மற்றும் கிராமங்களில் அந்த விதிகளை அமல்படுத்த உத்தரவிட்டது. இது அல்மித்ரா படேல் எதிர்பாராத வெற்றி. 2016ல் வெளியிடப்பட்ட புதிய உத்தரவில் அந்த எண்ணிக்கை 7000 ஆக உயர்த்தப்பட்டது.

தன்னுடைய 82 வயதிலும் திடக்கழிவு மேலாண்மை தொடர்பாக அயராது பாடுபட்டு வரும் போராளி அல்மித்ரா படேலின் அடுத்த திட்டம் நீர் நிலைகளில் உள்ள ஆகாயத் தாமரைகளை களைவதாகும்.

நம் சுற்றுப்புறப் பகுதிகளில் குப்பைகள் பெருகாமல் இருப்பது நம் கைகளில் தான் உள்ளது. சமையல் கழிவை பிளாஸ்டிக் கழிவை தனித்தனியாகப் பிரித்து வைத்து விட்டால் அந்தக் குப்பையைக் கையாளும் துப்புரவுப் பணியார்களுக்கும் குப்பையை தரம் பிரிப்பது எளிதாகி விடும்.

அப்படிச் செய்யாததால் தான் பல நகரங்களிலும் குப்பை மக்காமல் உள்ளது என்கிறார் அல்மித்ரா படேல்.

இவர் 1994 முதல் தற்போது வரை 190 நகரங்களில் உள்ள குப்பைக் கிடங்குகளுக்குச் சென்று ஆய்வு நடத்தியுள்ளார்.

குத்தம்பாக்கம் திடக்கழிவு மேலாண்மைத் திட்டம் நிறைவேற்றப் பட்டால் சென்னைக்கு குடிநீர் வழங்கும் செம்பரம்பாக்கம் ஏரி பாதிப்படையும் என்று உச்சநீதிமன்ற திடக்கழிவு மேலாண்மை குழு உறுப்பினரும் போராளியுமான அல்மித்ரா படேல் தெரிவித் துள்ளார்.

நகர்ப்புறச் சுற்றுச்சூழல் பிரச்சனையில் மக்கள் பங்கேற்பு என்ற தலைப்பில் சென்னை ஐஐடி வளாகத்தில் கருத்தரங்கம் நடைபெற்றது.

இந்தக் கருத்தரங்களில் கலந்து கொண்ட குத்தம்பாக்கம் ஊராட்சி முன்னாள் தலைவர் இளங்கோ பேசும் போது, இந்தத் திட்டத்தால் மக்களுக்கும் கால்நடைகளுக்கும் பாதிப்பு ஏற்படும் என்பதால் கிராம மக்களிடையே பெரும் எதிர்ப்பு கிளம்பியது. சென்னைக்கு குடிநீர் வழங்கும் பிரதான செம்பரம்பாக்கம் ஏரி இந்தப் பகுதியில் தான் உள்ளது.

மேலும் இந்தப் பகுதியை மையமாகக் கொண்டு 32 ஏரிகள், பல்வேறு கிணறுகள் என நிலத்தடி நீர் ஆதாரங்கள் உள்ளன. இந்த ஒரு திட்டத்தால் இவை அனைத்தும் மாசுபடும்.

இதற்கிடையில் தமிழ்நாடு மாசுகட்டுப்பாட்டு வாரியம், உயர் அதிகாரிகள் அடங்கிய ஒரு குழுவை அமைத்து அப்பகுதியில் விசாரணை நடத்தியது.

விசாரணையின் முடிவில் அந்தப் பகுதியில் திடக்கழிவு மேலாண்மைத் திட்டத்தை அரசு செயல்படுத்தக் கூடாது என்று 17.10.2008ல் அந்தக்குழு தனது அறிக்கையில் தெளிவுபடுத்தியது.

ஆனால் அந்தக் குழுவின் பரிந்துரையை ஏற்காத மாசுக்கட்டுப்பாடு வாரியம், குத்தம்பாக்கத்தில் திடக்கழிவு மேலாண்மை திட்டத்தை செயல்படுத்த 21.10.2008ல் தடையில்லாச் சான்று வழங்கியது.

இங்கு திடக்கழிவு மேலாண்மைத் திட்டம் அமையும் பட்சத்தில் செம்பரம்பாக்கம் ஏரி பாதிக்கப்படும் என்ற நிலையை அரசின் கவனத்துக்கு கொண்டு சென்றார்களா என்று அப்பகுதி மக்கள் கேள்வி எழுப்புகின்றனர்.

அரசின் கவனத்துக்கு இந்த விவகாரம் சென்றிருந்தால் அரசே தடுத்து நிறுத்தியிருக்கும் என்று நம்புகின்றனர்.

இதற்கிடையில் சென்னை உயர்நீதிமன்றத்தில் தொடர்பான வழக்கு நடந்து வருகிறது. இந்த வழக்கில் தமிழ்நாடு சுற்றுச்சூழல் தாக்கம் கண்காணிக்கும் ஆணையத்தின் முடிவுக்கு கட்டுப்படுவதாக அரசு உறுதியளித்திருந்தது என்றார்.

உச்சநீதிமன்ற திடக்கழிவு மேலாண்மைக் குழு உறுப்பினர் அல்மித்ரா படேல் பேசும் போது,

'குத்தம்பாக்கம் கிராமத்தில் திடக்கழிவு மேலாண்மைத் திட்டம் அமைக்க அரசால் தேர்வு செய்யப்பட்ட இடத்தைப் பார்வையிட்டேன். மேலும் அந்தப் பகுதியில் ஆய்வுகளும் நடத்தியுள்ளேன்.

செம்பரம்பாக்கம் ஏரி மிக அருகில் உள்ளதால் இந்தப் பகுதியில் ஒரு மீட்டருக்குள்ளாகவே நிலத்தடி நீர் உள்ளது. மேலும் மழைக் காலங்களில் இப்பகுதியில் உள்ள கிணறுகளில் கைக்கு எட்டும் தொலைவில் தண்ணீர் நிலை உயர்ந்து விடுகிறது.

இது போன்ற இடத்தை திடக்கழிவு மேலாண்மைத் திட்டத்துக்கு எவ்வாறு தேர்வு செய்தார்கள் என்று தெரியவில்லை. இந்த இடத்தில் இந்த திட்டம் செயல்பட்டால் சென்னைக்கு குடிநீர் வழங்கும் செம்பரம்பாக்கம் ஏரி முற்றிலும் பாதிப்படையும்.

மேலும் இப்பகுதி முழுவதும் நிலத்தடி நீரின் தன்மை பாதிப்படையும். எனவே இந்தத் திட்டத்தை இப்பகுதியில் செயல்படுத்தக் கூடாது' என்றார் அல்மித்ரா படேல்.

9. காட்டுத்தீயால் கருகும் உயிர்கள்

சமீபத்தில் பரவிய காற்றுத் தீயினால் மேற்கு தொடர்ச்சி மலையின் காடுகள் பெரும் அழிவுக்கு உள்ளாகி இருக்கின்றன.

பந்திப்பூரில் பற்றி எரிந்த காட்டுத்தீ

கர்நாடக மாநிலத்தில் உள்ள பந்திப்பூர் புலிகள் காப்பகத்தில் தொடர்ந்து எரிந்த காட்டுத் தீயினால் ஏறக்குறைய 3,000 ஹெக்டேர் வனப்பரப்பு எரிந்து போய் உள்ளது என்கிறார் பந்திபூர் வனப்பகுதி களில் சூழலியல் செயல்பாடுகளை முன்னெடுத்து வரும் வன உயிரின காப்பாளர் ராஜ்குமார்.

பந்திப்பூர் புலிகள் காப்பகத்தில் குந்திக்கரே என்னும் வனப்பகுதியில் தொடங்கிய காட்டுத்தீ பந்திப்பூரா, மத்தூர், நீலகோளே, கோபால்சாமி பெட்டா வரை வேகமாக பரவிவிட்டது.

தீ பற்றி படர்வதற்கான முக்கியமான காரணம் காடுகளில் கண்ணுக் கெட்டிய தூரம் வரை பரவியுள்ள உண்ணிச்செடி எனப்படும் லேண்டனா காமரா, காடுகளின் மிகப்பெரும் அச்சுறுத்தலாக உள்ள இந்த களைச் செடிகளால் தீ மிக வேகமாகப் பரவுகின்றன.

இந்த களைச் செடிகள் எரிபொருளை போல செயல்படுகின்றன. வேகமான காற்றும், உண்ணிச் செடிகளும் தீ பரவும் வேகத்தை அதிகப்படுத்துகின்றன. எனவே தீயினை கட்டுப்படுத்துவது பெரும் சவாலாக உள்ளது.

தமிழகத்தின் முதுமலைப் பகுதிகளிலும் தீ பரவியதால் அங்கும் சில பகுதிகள் எரிந்து போயிருக்கின்றன. இது மனிதர்களால் உருவாக்கப் பட்ட தீ தான் தென்னிந்திய பகுதிகளில் இயற்கையாக காட்டுத் தீ உருவான நிகழ்வுகள் இல்லை. விழிப்புணர்வு அற்ற சில மனிதர் களால் இது போன்ற விபரீதங்கள் நடக்கின்றன. ஆனால் இதை செய்தது யார் என்று தெரியவில்லை.

பந்திபூர் வனப்பகுதியினை சுற்றிலும் 123 கிராமங்கள் உள்ளன. அதிகமாக மனித விலங்கு மோதல் உள்ள பகுதி, இந்த மனித - விலங்கு முரண்பாடுகளும் தீ உருவாவதற்கான காரணமாக இருக்க லாம் என்றார் ராஜ்குமார்.

காட்டுத்தீயினை உருவாக்கும் காரணங்கள்

கோவையில் மருதமலை, ஆணைகட்டி ஆகிய வனப்பகுதிகளிலும் காட்டுத்தீ பற்றி எரிந்தது இது குறித்து ஓசை சூழலியல் அமைப்பின் காளிதாசன் உடன் பேசிய பொழுது, 'இந்தியக் காடுகளில் உருவாகும் காட்டுத் தீ பெரும்பாலும் மனிதர்களால் ஏற்படுவது தான். மரங்களோடு மரங்கள் உரசுவதால், சூரிய ஒளியினால் தீ உருவாவதற்கு வாய்ப்பு இருக்கின்றது.

எனினும் இவையெல்லாம் இந்தியாவில் மிக மிக அரிதாகத்தான் நடக்கும். இந்தியக் காடுகளில் 99 சதவீதம் காட்டுத்தீ மனிதர்களால் உருவாக்கப்படுவதுதான். அதில் இரண்டு வகை உள்ளது.

ஒன்று உள்நோக்கத்தோடு வைக்கப்படுவது மரங்களை வெட்டி விட்டு அந்த சுவடுகள் மறைக்கப்படுவதற்காக தீ வைத்து விடுவது, வனத்துறையுடன் உள்ள மோதலால் வனத்திற்கு தீ வைத்து விடுவது, ஆடு மாடுகள் மேய்ப்பவர்கள் தீ வைத்துவிட்டால் அந்த இடத்தில் நன்றாக புல் விளையும் என நினைத்து தீ வைத்து விடுவது. மான் கொம்புகளை எடுப்பதற்காக தீ வைப்பது என பல காரணங்கள் உண்டு.

சில இடங்களில் வக்கிரத்தால்கூட இது நடைபெறுகிறது. காட்டிற்கு தீ வைத்துவிட்டு அதனை பார்த்து ரசிப்பது போன்ற நிகழ்வுகளும் நடந்துள்ளன. ஒரு முறை முதுமலையில் காட்டுத்தீ குறித்த ஆவணப்படம் எடுப்பதற்காக காட்டிற்கு தீவைத்த மற்றொன்று அஜாக்கிரதையால் நிகழ்வது, காடு காய்ந்து கிடக்கும் பொழுது தூக்கி எறியப்படும். பீடி துண்டுகளால் தீ ஏற்படும் சில சமயங்களில் தேன் எடுப்பதற்காக செய்பவர்கள் தேன் கூட்டினை கலைப்பதற்காக பற்ற வைக்கப்படும் தீயில் இருந்து தீப்பொறிகள் பரவி விட்டதால் ஏற்படுவது. சுற்றுலா செல்பவர்கள் வனத்தை ஒட்டிய பகுதிகளில் தீ மூட்டி குளிர் காய்தல் போன்ற கேளிக்கை களில் ஈடுபடுவது ஆகிய பல விழிப்புணர்வும், பொறுப்பும் அற்ற மனித செயல்பாடுகளால் காட்டுத் தீ ஏற்படுகின்றது.

காட்டின் பரப்பு அதிகமாக இருந்த பொழுது காட்டில் ஒரு பக்கம் தீ பற்றி எறிந்தால் அங்கு உள்ள உயிரினங்கள் காட்டின் மற்றொரு பகுதிக்கு இடம் பெயர்ந்து விடும். ஆனால் நமது காட்டின் பரப்பு குறைந்து போய் விட்டது.

ஆதலால் காட்டுத்தீ பரவுகின்ற சமயங்களில் அங்கு வாழும் உயிரினங்களும் பெரும் சிக்கலுக்கும், மன உளைச்சலுக்கும் உள்ளாகும் என்கிறார் காளிதாசன்.

மேலாண்மை செய்வது எப்படி?

காட்டுத் தீ ஒரு எல்லைக்கு மேல் பரவிவிட்டால் அதனை கட்டுப் படுத்துவதற்கான முறையான தொழில்நுட்பங்கள் நம்மிடம் இல்லை. ஆனால், தீ பரவாமல் இருக்க தடுப்பு முறைகளை சரியாக பின்பற்ற வேண்டும்.

தீ தடுப்பு பணிகள் என்றால், பனிக்காலம் தொடங்கும் பொழுது காடுகளின் நடுவே தீ தடுப்பு கோடுகளை வெட்டி விடுவர். சாலை களை ஒட்டியுள்ள வளப்பகுதியில் ஒரு எல்லை வரை காய்ந்த தாவரங்களை வெட்டி சுத்தம் செய்து விடுவர். வனத்துறை தீ தடுப்பு பணிகளை சிறப்பாக செய்து கொண்டிருந்தனர். ஆனால் தற்போது அதற்கான நிதி முறையாக ஒதுக்கப்படுவதில்லை.

தீ தடுப்பு பணிகளில் ஈடுபடும் வேட்டை தடுப்பு காவலர்கள் போதிய அளவு இல்லை. இந்த பணிக்கென்று தனியே ஆட்கள் இல்லை. வேட்டைத் தடுப்பில் வேலை செய்கின்ற, யானை விரட்டும் பணிகளில் ஈடுபடுகின்ற அதே வேட்டைத் தடுப்பு காவலர்கள் தான் காட்டுத் தீ அணைப்பிலும் வேலை செய்ய வேண்டும்.

வனங்களை ஒட்டியுள்ள பகுதிகளில் வாழும் மக்களுக்கும், வனத் துறைக்கும் உள்ள உறவு சரியாக இருப்பதும் அவசியம்.

எல்லாவற்றுக்கும் மேலாக இது என்னுடைய காடு என்ற உணர்வு அனைவருக்கும் வந்தால் தான் இவைகளையெல்லாம் முழுவதும் தடுக்க இயலும் என்கிறார் ஓசை காளிதாசன்.

காட்டுத் தீயால் கருகும் உயிர்கள்

கோவையில் காட்டுத்தீ பற்றிய இடத்தில் காட்டுப்பன்றி ஒன்று கருகி உயிரிழந்து கிடந்தது. காடு என்பது மரங்கள் மட்டுமல்ல. கண்ணுக்குக்குத் தெரியாத நுண்ணுயிர்கள் தொடங்கி, மிகப்பெரிய உயிரினம் வரை பல நூற்றுக்கணக்கான உயிர்கள் வாழும் இடம் இந்த தீயினால் நம் பார்வைக்கே வராமல் பல உயிர்கள் மாண்டு போயிருக்க கூடும்.

இந்தத் தீ குறு மரங்கள் எல்லாவற்றையும் அழித்து விடும். புதர்களில் இருக்கும் உயிரினங்கள் எல்லாம் பாதிக்கப்படும். தரைப் பகுதியில் கூடு கட்டி இனப்பெருக்கம் செய்யும் பறவைகள், ஊர்வன இனங்கள் எல்லாம் பாதிக்கப்படும் என்கின்றனர்.

இந்த சூழலில் பந்திப்பூர் காட்டுத் தீயில் கருகியதாக சில உயிரினங் களின் படங்களை இணையத்தில் பகிர்ந்து வருகின்றனர். இவை அனைத்தும் போலியான தகவல்கள்.

அதில் உராங்குட்டான் புகைப்படம் உள்ளது. உராங்குட்டான போர்னியா காடுகள் மற்றும் இந்தோனேசியாவின் சுமத்திரா பகுதி களில் மட்டுமே காணப்படும் குரங்கினம். அது போர்னியோவில் ஏற்பட்ட காட்டுத்தீயில் உயிர் இழந்த உராங்குட்டானின் புகைப் படம் பந்திப்பூர் பகுதிகளில் வாழாத ஒரு உயிரினத்தின் படத்தினை பகிர்ந்து பந்திபூர் காட்டுத்தீயினால் பாதிக்கப்பட்டதாக தகவல் களை பரப்பி வருகின்றனர்.

மேலும், கலிபோர்னியா தீ விபத்தில் பாதிக்கப்பட்ட முயல் ஸ்பெயின் நாட்டில் எடுக்கப்பட்ட புகைப்படங்களை பகிர்ந்தும் பந்திப்பூரில் எடுக்கப்பட்ட உயிரினங்கள் என தவறான தகவல்கள் புரவி வருகின்றன. இது போன்ற தவறான தகவல்கள், உண்மைத் தகவல்களை சந்தேகத்திற்கு உள்ளாக்குவதுவுடன் காட்டின் பிரச்சனைக்கான தீர்வினை காண்பதிலும் சிக்கலை ஏற்படுத்தும் என்கிறார் பேராசிரியர் ஜெயக்குமார்.

பந்திபூரில் காட்டுத்தீயினால் பாதிக்கப்பட்ட உயினங்களை குறித்து எந்த தகவலையும் கர்நாடக வனத்துறை இன்னும் அதிகாரப்பூர்வ மாக வெளியிடவில்லை.

10. பூமிக்கு பூதாகரப் பிரச்சனை மனித இனமே!

பரந்த பூமியின் பெருமைக்குரிய பாரம்பரிய விதைகள் மனித இனம்தான். இயற்கையின் ஒரு பகுதியாக வாழ்ந்து கொண்டிருக்கும் மனித இனம் அந்த இயற்கை மீதே தொடர்ந்து வன்முறை யுத்தம் தொடுத்து வருகிறது.

பூமிக்கு தொடர்ந்து பூதாகரப் பிரச்சனைகளைக் கொடுத்து வரும் மனித இனம்தான் அந்த பிரச்சனைகளுக்கான தீர்வுகளுக்கும் வழி காண வேண்டும்.

பூமிக்கு மனிதன் பாரமா? மனிதனுக்கு பூமி பாரமா? என்று பட்டி மன்றம் வைக்க வேண்டிய நிலை ஏற்பட்டுள்ளது.

இன்றைய அறிவியல் தொழில்நுட்பம் தந்த மதம் அன்றாடம் மாறுபட்ட சிந்தனைகளை உற்பத்தி செய்து வருகிறது என்று சொன்னால் அது மிகையல்ல. நீங்கள் தோள்களில் சுமந்து செல்வ தற்கு இந்த பூமி வெறும் வரைபடம் அல்ல. இந்த பூமிதான் உங்களை சுமந்து கொண்டிருக்கிறது என்பதை நினைவில் கொள்ள வேண்டும்.

சுற்றுச்சூழல் என்ற சொல்லை சமூகச் சூழல், பொருளாதாரச் சூழல் என்ற சொற்பதங்களுடன் ஒப்பிட்டு வேறுபாடு காணலாம். பல சமயங்களில் சூழல் என்ற சொல் இயற்கை சுற்றுச்சூழலையே சுட்டி நிற்கும். சுற்றுச்சூழலை சூழ்மை என்றும் குறிப்பிடலாம்.

சுற்றுச் சூழலியல் என்பது மிகவும் பரந்த ஒரு தளத்திலிருந்து அணுக வேண்டிய ஒரு துறையாகும்.

சுற்றுச்சூழல் சீர்கேடு உலக உயிர்களுக்கு பெரும் அச்சுறுத்தலாக உள்ளது. நம்மைச் சுற்றியுள்ள சுற்றுப்புறம் நாள்தோறும் மாசடைந்து வருகிறது. இம்மாசுபாடுகளினால் உலக உயிர்களின் வாழ்நாள் சுருங்கிக் கொண்டே இருக்கிறது. நல்ல ஆரோக்கியமான வாழ்க்கையை இது தடுக்கிறது.

சுற்றுச்சூழலை மாசுபடுத்துவதில் மனித நடவடிக்கைகளே பெரும் பங்கு வகிக்கின்றன. மாசுபாட்டை நீக்கி நல்ல ஒரு ஆரோக்கிய மான வாழ்வைப் பெறுவதற்கு சுற்றுச்சூழலைச் சிறந்த முறையில் பாதுகாத்தல் மிக அவசியம் என்பது உணரப்பட்டுள்ளது.

நிலையாக உள்ள நிலப்பரப்பளவில் மக்கள் வசிக்கும் பரப்பளவு நாளுக்கு நாள் அதிகரித்துக் கொண்டே போகிறது. காரணம் மக்கள் தொகைப் பெருக்கம்.

மக்கள் வசிக்கும் நிலத்தின் பரப்பளவு அதிகரிப்பதற்காக காடுகளும், விளைச்சல் நிலங்களும், ஏரிகளும் அழிக்கப்பட்டு வீடுகளும், அடுக்குமாடிக் கட்டிடங்களும் எழுப்பப்படுகின்றன. அதிகமான நகர்ப்புறங்கள் ஆறுகளையும், ஏரிகளையும், கண்மாய்களையும் ஆக்கிரமித்து வருகின்றன.

மனித இனம் கல்வியறிவு பெற்று இவற்றின் ஆபத்தை அறிந்திருந்த போதிலும் மாற்றக்கூடிய சமுதாய மாற்றங்களில் இதுவும் ஒன்று என்ற எண்ணம் தற்போது பரவி வருகிறது. இதனால் மனித இனத்திற்கு பெரும் அபாயம் ஏற்பட வாய்ப்புள்ளது.

இமயமலைப் பகுதியில் இருபது ஆயிரம் கிலோ மீட்டர்களுக்கு மேல் நடந்து மக்களிடையே விழிப்புணர்வை ஏற்படுத்தியுள்ளார்.

இமய மலைக்காடுகள் வேகமாக வெட்டி அழிக்கப்பட்டுக் கொண்டிருந்த காலங்களில் காடுகளை பாதுகாக்கும் பொருட்டு சிப்கோ இயக்கம் துவங்கப்பட்டது.

1970களில் இமயலைப் பகுதிகளில் வெள்ளமும், நிலச்சரிவுகளும் வழக்கத்தை விட அதிக அளவில் நிகழ்ந்தன. காடழிப்பும் பெரிய கட்டுமானங்களுமே அவற்றுக் காரணம் என மக்கள் நினைத்தனர்.

இந்நிலையில் 1974 ஆம் வருடம் மார்ச் 24 ஆம் தேதி ரேனி என்னும் கிராமத்தின் ஆண்கள் எல்லோரும் இழப்பீட்டு தொகையைப் பெறுவதற்காக ஊரை விட்டு சென்றிருந்தனர்.

அப்போது அங்கு மரம் வெட்டுபவர்கள் கூட்டமாக வந்து மரம் வெட்ட முனைந்தனர். ரேனி கிராமத்துப் பெண்கள் அதற்கு எதிர்ப்புத் தெரிவித்ததுடன் அந்த மரங்களை கட்டியணைத்துக் கொண்டு மரங்களுக்காக உயிரையும் தர முன் வந்தனர்.

வேறு வழியின்றி மரம் வெட்ட வந்தவர்கள் திரும்பிச் செல்ல வேண்டியதாயிற்று. இந்நிகழ்வு இந்தியா முழுவதும் சூழலியல் போராட்டத்திற்கான பெரிய எழுச்சியை ஏற்படுத்தியது.

11. நாம் ஆபத்தில் இருக்கிறோம் !

இயற்கையின் தற்போதைய நிலை குறித்து விரிவான அறிக்கை பார்ஸில் நடந்த கூட்டத்தில் வெளியிடப்பட்டிருக்கிறது. அது 'அறிக்கை' அல்ல மனித குலத்திற்கான 'எச்சரிக்கை'.

இந்த அறிக்கையை தயாரித்த ஆய்வு குழுவிற்கு தலைமை வகித்த பேராசிரியர் சார் பாப் வாட்சன், 'நாம் ஆபத்தில் இருக்கிறோம்' என்கிறார்.

இந்த அறிக்கையானது பல்லுயிர் மற்றும் சூழலியல் தொடர்பான அரசாங்கங்களுக்கிடையேயான அறிவியல் கொள்கை மன்றத்தால் வெளியிடப்பட்டிருக்கிறது.

வாட்சன் இயற்கையை சூழ்ந்துள்ள ஆபத்து குறித்து விவரிக்கும் போது, 'நாம் ஆபத்தில் இருக்கிறோம்' என்று கூறினாலும், இந்த சூழலியலை காக்க முடியும் என்ற நம்பிக்கையையும் தெரிவிக்கிறார்.

ஆற்றல் தேவைக்காக ஏறத்தாழ 200 கோடி மக்கள் மரங்களை மட்டுமே நம்பி இருக்கிறார்கள். புற்றுநோய்க்கான 70 சதவீத மருந்துகள் இயற்கையானது அல்லது இயற்கையினால் தூண்டப் பட்டு தயாரிக்கப்பட்டது.

தண்ணீரை சுத்திகரிப்பது மரங்கள்தான். மரங்கள்தான் உணவு வழங்குகின்றன. கரியமில வாயுவை நுகர்வது மரங்கள்தான் பெரும் புயலை தடுப்பதும் மரங்கள்தான்.

வரலாற்றில் முன் எப்போதும் இல்லாத அளவுக்கு மனித குலம் இயற்கையை நம்பி இருக்கிறது.

கடந்த 50 ஆண்டுகளில் உலக மக்கள் தொகை இரட்டிப்பாகி இருக்கிறது. இந்த காலக்கட்டத்தில் கோடிக்கணக்கான மக்கள் வறுமையிலிருந்து மீட்டெடுக்கப்பட்டிருக்கிறார்கள்.

மக்களின் நல்வாழ்வுக்காக இயற்கையை வரைமுறையின்றி சிதைத்து இருக்கிறார்கள். அதாவது நிலத்தை, பெருங்கடலை விஷமாக்கி, பல்லுயிர் சூழலை நாசமாக்கி மக்கள் தங்கள் தேவைகளை பூர்த்தி செய்திருக்கிறார்கள்.

சூழலியலை சிதைத்ததன் காரணமாக பல்லாயிரக்கணக்கான உயிரினங்கள் அழிந்திருக்கின்றன. லட்சக்கணக்கான உயிரினங்கள் அழிவின் விளிம்பில் இருக்கின்றன.

இந்த அறிக்கையை வடிவமைத்த குழுவில் இருந்த மற்றொரு பேராசிரியர் கேட் ப்ரூமேன், 'நமது நுகர்வின் காரணமாக இயற்கை சூழல் மாறி வருகிறது' என்கிறார்.

இந்த மதிப்பீட்டு அறிக்கையில் குறிப்பிடப்பட்டுள்ள மற்றொரு முக்கியமான விஷயம் 'நல் வாழ்வு' குறித்த நம் புரிதல் மாற வேண்டும் என்பதுதான்.

மேற்கத்திய கலாசாரத்தின் புரிதலின்படி, தமது குழந்தைகளின் எதிர்காலத்திற்காக தமது வாழ்க்கையை அர்ப்பணிப்பது, பொருள் சேர்ப்பது, கடினமான உழைப்பதுதான் வாழ்க்கை என பல நூற்றாண்டு காலமாக கூறப்பட்டது.

நம்மைவிட நம் குழந்தைகள் அதிகமாக பொருளீட்டுவதுதான் வளர்ச்சி என புரிந்து கொள்ளப்பட்டது. இந்த புரிதல் மாற வேண்டுமென இந்த அறிக்கை வலியுறுத்துகிறது.

நாம் நுகர்வை குறைக்க வேண்டுமென்கிறார் பேராசிரியர் சண்ட்ரா டியாஸ்.

அவர், 'நல்வாழ்வு என்பது குறித்த நம் புரிதலை மாற்றிக் கொள்ள வேண்டும். அதிகம் நுகர்வதுதான் சிறந்த வாழ்வு என்ற இந்த சமூக புரிதலையும் நாம் மாற்றிக் கொள்ள வேண்டும்' என்கிறார்.

சக மனிதர்களுடன் நல்லுறவுகள் வாழ்வது. இயற்கையுடன் இயைந்து வாழ்வதுதான் நல்வாழ்வு என்ற புரிதல் ஏற்பட வேண்டும் என்கிறார் அவர்.

'இந்த மாற்றம் என்பது எளிமையானது அல்ல, உடனே நிகழ்வதும் அல்ல. ஆனால் நம் குழந்தைகளின் நல்வாழ்விற்காக இன்னும் பிறக்காத தலைமுறைக்காக நாம் இதனை செய்தே ஆக வேண்டும்' என்று தெரிவிக்கிறார்.

இந்த மதிப்பீட்டின் மற்றொரு கருப்பொருள் மக்களுக்கான இயற்கையின் பங்களிப்பு. இது சாதாரணமாக தோன்றினாலும், இது மிகவும் முக்கியமான ஒரு விஷயம்.

இத்தனை காலமான பொருளாதார வல்லுநர்கள் இயற்கையை பண்டமாக, பணமாகதான் மதிப்பிட்டிருக்கிறார்கள்.

இப்படியாக கூறினால்தான் அரசியல்வாதிகளுக்கும், மக்களுக்கும் புரியும் என்பது பொருளாதார வல்லுநர்களின் வாதம். ஆனால் சில சூழலியலாளர்கள் இந்த பார்வைக்கு எதிர்ப்பு தெரிவிக்கிறார்கள்.

இந்த பார்வையானது இயற்கைக்கு ஊறு விளைவிக்கிறது. இயற்கை யையும் மற்றொரு பண்டமாகவே பார்க்க உதவுகிறது என்கிறார்கள் அவர்கள்.

இயற்கையை டாலராக, பவுண்டாக, ரூபாயாக பார்ப்பது மாற வேண்டும் என்பது அவர்கள் வாதம்.

சர்வதேச சூழலியல் மற்றும் வளர்ச்சி மையத்தை சேர்ந்த இளா போரஸ், 'காடு நமக்கு பல விஷயங்களை வழங்குகிறது. ஆனால் அது எதையும் கருத்தில் எடுத்து கொள்வதில்லை காடுகளை அழித்து தம் பொருளாதாரத்தை மேம்படுத்துவதாக நாம் எண்ணுகிறோம். ஆனால் உண்மை அப்படி இல்லை' என்கிறார்.

வெளி தலையீடு இல்லாமல் உள்ளூர் சமூகத்தால் மேலாண்மை செய்யப்படும் இயற்கை வளமானதாக இருக்கிறது என்று இந்த அறிக்கை சுட்டிகாட்டுகிறது.

அதுபோல, இயற்கை குறித்த உள்ளூர் மக்களின் அறியானது சிறப்பாக இருக்கிறது. அரசு அதனை அங்கீகரிக்க வேண்டும். அவர்களிடமிருந்து கற்றுக் கொள்ள வேண்டும்.

இந்த அறிக்கையில் புரிந்து கொள்ள வேண்டிய மற்றொரு முக்கிய விஷயம் 'அரசின் தோல்வி'.

2010ம் ஆண்டு ஜப்பானில் உயிரியல் மையம் மாநாடு நடந்தது. அதில் பல முடிவுகள் எடுக்கப்பட்டன. 2020 ஆம் ஆண்டுகள் செயல்படுத்த வேண்டி இருபது இலக்குகள் நிர்ணயிக்கப்பட்டன.

இந்த இருபது இலக்குகளில் நான்கு இலக்குகள் மட்டுமே எட்டப்பட்டன என்கிறது இந்த மதிப்பீட்டு அறிக்கை.

2015ஆம் ஆண்டு நடந்த பருவநிலை மாற்றம் குறித்த பாரீஸ் மாநாட்டில் இயற்கை மற்றும் மனிதர்கள் குறித்து விவாதிக்கப்பட்டிருக்கிறது.

சீனாவில் அடுத்த ஆண்டுகள் நடக்கும் மாநாட்டில் இது குறித்து விவாதிக்கப்பட இருக்கிறது.

12. உயிரியல் செயல்பாட்டில் கழிவு

ஊட்டச்சத்துக்கள் என்பது ஓர் உயிரினத்துக்கு உணவாக இருக்கும் போது மற்றொரு உயிரினத்தின் கழிவாகவும் உள்ளன.

உதாரணமாக மாட்டுச் சிறுநீர், சாணம் என்பது மாட்டைப் பொறுத்தவரை கழிவு. அது செடிக்கு மிகச்சிறந்த ஊட்டமான தழைச்சத்தை (நைட்ரஜன்) கொடுக்கிறது. மாட்டின் சாணம் மண்புழுக்களுக்கு மிகச் சிறந்த உணவு.

உயிரியில் செயல்பாட்டில் கழிவு என்ற ஒன்று இல்லை. ஒன்றின் கழிவு மற்றொன்றின் உணவு என்பதே நிதர்சனம்.

ஊட்டச் சுழற்சி என்பது தாதுப் பொருட்களும் உயிர்மப் பொருட்களும் உயிரினங்களின் ஊடாகச் சென்று அவற்றின் வளர்ச்சியிலும் சிதைவிலும் பங்கெடுத்து அடுத்த நிலைக்கு மாறிக்கொண்டே இருப்பது.

ஒரு செடி மண்ணிலிருந்து சத்துக்களை எடுத்துக் கொண்டு வளர் கிறது. அதை ஒரு ஆடு தின்று வளர்கிறது. ஆட்டைப் புலி தின்கிறது. அந்தப் புலி இறந்தப் பின் நுண்ணுயிர்கள் அந்த உடலைச் சிதைத்து

மீண்டும் மண்ணுக்குள் சத்துக்களைத் திரும்பிச் செலுத்தி விடுகின்றன.

இப்படி மண்ணில் உள்ள சத்துக்கள் மாறி மாறிச் சுழன்று வருவதை நாம் உணர முடியும்.

கதிரவனிடமிருந்து வரும் ஆற்றல் தொடர்ந்து பூமிப் பந்தில் உயிர்களுக்கான ஊட்டமாக மாற்றப்பட்டுக் கொண்டே இருக்கிறது.

கிடைக்கும் முழுமையான ஆற்றலை நாம் பயன்படுத்தலாம். பாழ் ஆற்றலாக விட்டுச் செல்கிறோம். எனவே ஊட்டச் சுழற்சியை துண்டிப்பதன் மூலம் நாம் பெரும் சிக்கலுக்கு உள்ளாகிறோம்.

இந்திய நாட்டின் மொத்த மக்கள் தொகையில் 68 சதவீதத்திற்கும் மேற்பட்டோர் கிராமங்களில் வசிக்கின்றனர்.

இவர்களில் 90 சதவீதத்திற்கும் மேற்பட்டோர் திறந்தவெளிகளில் மலம் கழிக்கின்றனர். நகர்ப்புறங்களிலும் மிகக் குறைந்த சதவீத மக்களே நல்ல சுகாதார வசதியைப் பெற்றுள்ளனர்.

இந்தியாவில் கழிப்பறை அற்ற வீடுகளின் எண்ணிக்கையில் உத்தரப் பிரதேசம் முதலிடத்திலும், பீஹார் இரண்டாம் இடத்திலும், மத்தியப் பிரதேசம் மூன்றாம் இடத்திலும் உள்ளது.

அதுபோல தமிழகத்தல் விழுப்புரம் மாவட்டம் முதலிடத்திலும், வேலூர் மற்றும் சேலம் மாவட்டங்கள் முறையே இரண்டு மற்றும் மூன்றாம் இடங்களில் உள்ளன.

சுகாதாரம் என்பது இந்தியாவில் எப்போதும் பிரச்சனையாகவே உள்ளது. குப்பையை சரியான முறையில் அப்புறப்படுத்தாமல், திறந்தவெளிகளில் தூக்கி எறிவது, கழிவுநீரை முறையான வழிகளில் கொண்டு செல்லாமல், ஆங்காங்கே தேங்கி நிற்க விடுவது, திறந்த வெளிகளில் மலம் கழிப்பது போன்றவை நம் அன்றாட வாழ்வில் சாதாரண விசயங்களாகி விட்டன.

குப்பைகளும் கழிவுநீரும் தெருக்கள் மற்றும் சாலைகளில் நிறைந்திருக்கின்றன என்பது மட்டும் இங்கு பிரச்சனை அல்ல. மாறாக அவற்றால் உருவாகும் நோய்கள் நாட்டிற்கே மிகப்பெரிய சவாலாக உள்ளது. இது போன்ற சுகாதாரக் கேடுகளே தொற்று நோயால் குழந்தைகள் உயிரிழப்பதற்கு மிக முக்கிய காரணமாக அமைகிறது.

உலக அளவில் நல்ல சுகாதார வசதியைப் பெற இயலாத 25 கோடி பேரில் முக்கால் பங்கினர் இந்தியாவில் உள்ளனர். 10 கோடிக்கும் மேற்பட்ட இந்திய வீடுகளில் கழிப்பறை இல்லை. திறந்தவெளி களில் மலம் கழிக்கின்றனர்.

இத்தகைய காரணங்களில உருவாகும் வயிற்றுப்போக்கு நோயால் ஆண்டுக்கு 13 லட்சத்திற்கும் அதிகமானோர் உயிரிழக்கின்றனர். இது போன்ற உயிரிழப்பில் கால் பங்கு இந்தியாவில் நிகழ்கிறது என புள்ளி விபரங்கள் தெரிவிக்கின்றன.

இதற்கெல்லாம் முக்கிய காரணம் இந்திய மக்களுக்கு குறிப்பாக கிராம மக்களுக்கு சுகாதாரம் மற்றும் ஆரோக்கியம் குறித்து புரிதல் இல்லாததுதான்.

ஒரு நாடு சமூக பொருளாதார மற்றும் தொழில்நுட்பத்தில் முன்னேறும் போது, தொழிற்சாலைகள் நகரங்கள் மற்றும் மக்கள் தொகையும் அதிகமாகும். அப்போது குப்பையும் அதிகமாகும்.

வளர்ந்த நாடுகளில் மக்கள் தொகை குறைவாக இருந்தாலும் உருவாகும் குப்பையின் அளவு நம் நாட்டை விட மிக அதிகம். ஆனால் அங்கு கழிவு மேலாண்மை திறம்பட உள்ளது.

கழிவு மேலாண்மை என்பது இந்தியாவை பொறுத்தமட்டில் பெரிய சவாலாக உள்ளது. இதற்கான முக்கிய காரணம் குப்பையை நாம் முறையாக அப்புறப்படுத்துவது கிடையாது. ஓர் ஆண்டுக்கு நம் நாட்டில் கிட்டத்தட்ட 3.8 கோடி டன் குப்பை உருவாகிறது. இதில் 80 சதவீதத்துக்கும் மேல் திறந்தவெளிகளில் கொட்டி வைக்கப்படுகின்றன.

சுகாதாரச் சீர்கேட்டிற்கு மிக முக்கிய காரணம் விழிப்புணர்வு அற்ற தன்மையே. அரசு எத்தனை திட்டங்களைக் கொண்டு வந்தாலும் மக்களின் பங்களிப்பு இல்லையெனில் அது முழுமையாகாது.

இந்தியாவில் சுகாதார சீர்கேட்டால் தினமும் குறைந்தது 1000 குழந்தைகளாவது வயிற்றுப்போக்கு நோயால் இறந்து விடுகின்றனர். சுகாதார சீர்கேட்டால் குடற்புழு நோய்கள், கண் நோய்கள், மூளை வளர்ச்சி குறைபாடு ஏற்படுகிறது.

சுதந்திரத்தினை விட சுகாதாரம் மிக முக்கியமானது என்று காந்திஜி முழங்கினார். எல்லாருக்குமான முழுமையான சுகாதாரம் என்பதே அவரின் கனவு. ஆனால் சுதந்திரம் பெற்று இத்தனை ஆண்டு களுக்குப் பின்னரும் அவரது கனவை நாம் நனவாற்ற முடியவில்லை என்பதே யதார்த்தம்.

இந்தியாவை ஒரு முழுமையான சுத்தமான இந்தியாவாக மாற்று வதற்காகவே பிரதமர் மோடியால் 'சுவச் பாரத்' எனப்படும் தூய்மை இந்தியா திட்டம் துவங்கப்பட்டுள்ளது.

காந்திஜியின் 150வது பிறந்த ஆண்டான 2019க்குள் முழுமையான சுத்தமான சுகாதார நாடு இலக்கை அடைய வேண்டும் என்பது தான் இத்திட்டத்தின் நோக்கம். ஆனால் அதனை முழுமையான எட்ட வில்லை என்பது கவலை தரக்கூடிய ஒன்றே.

இத்திட்டத்தின் மூலம் கழிப்பறை இல்லாத வீடுகள், பள்ளிகளில் கழிப்பறைகள் கட்டப்படுகின்றன.

மருத்துவ ரீதியாக இந்தியா நல்ல முன்னேற்றத்தை அடைந்துள்ள நிலையில் ஒரு சில நோய்களை நம்மால் கட்டுக்குள் கொண்டு வர முடியவில்லை காரணம் சுகாதாரமின்மை.

கழிப்பறை வசதி இருந்தும் திறந்தவெளியை பயன்படுத்துவதை தவிர்க்க வேண்டும். நகர்ப்புறங்களிலும், கிராமங்களிலும் திறந்த வெளிகளில் சிறுநீர் கழிப்பது இன்றைக்கு சாதாரண விஷயமாகி விட்டது.

ஒரு வேளை கழிப்பறைகளை பயன்படுத்தினாலும் அதை சரியாக சுத்தம் செய்யாமல், பிறர் பயன்படுத்த இயலாத வகையில் விட்டுச் செல்வது போன்ற பழக்கத்தை தவிர்க்க வேண்டும்.

'இந்தியாவில் ஒருவர் தான் செய்யும் வேலை காரணமாக துப்புரவுத் தொழிலாளி ஆவதில்லை. மாறாக அவர்கள் பிறந்த சாதியின் காரணமாகவே துப்புரவுத் தொழிலாளி ஆகிறார்' என்று பாபா சாகேப் அம்பேத்கர் கூறினார்.

துப்புரவுத் தொழிலாளி என்றால் தலித் எனும் ஒடுக்கப்பட்ட சாதியினர் என்பதையே குறிக்கிறது.

சாதிய சமூகக் கட்டமைப்பின் காரணமாகவே இவர்கள் இந்தத் தொழிலைச் செய்வதற்கு கட்டாயப்படுத்தப்படுகிறார்கள்.

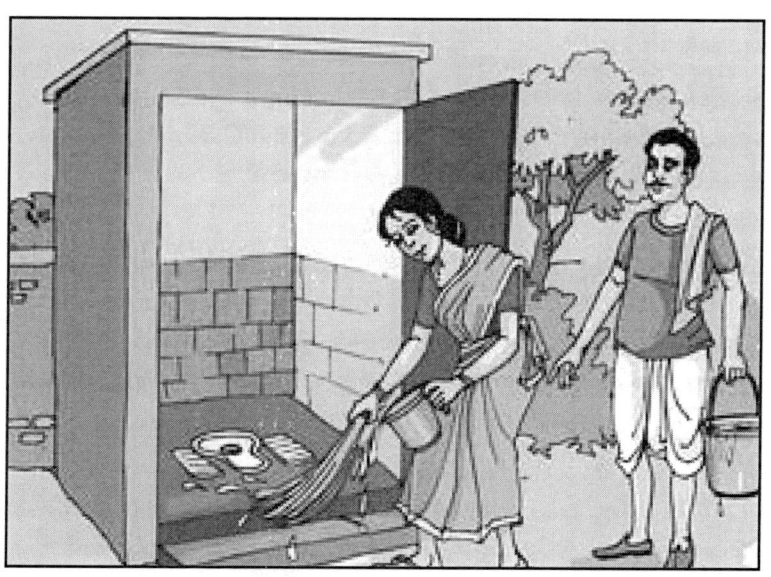

மனிதக்கழிவை அகற்றும் கொடுமையான பணியில் மனிதர்களை ஈடுபடுத்துவது மனிதப் பண்பாட்டிற்கு விடப்படும் பெரும் சவால் என்பதால் இக்கொடுமையை ஐக்கிய நாடுகள் சபை தடை செய்துள்ளது.

தூய்மை இந்தியா திட்டத்தை நாடு முழுவதும் பிரச்சாரமாக்கி மத்திய அரசும், மாநில அரசம் பல்வேறு திட்டங்கள் அமல்படுத்தினாலும் இந்த அவலம் தொடர்ந்து கொண்டு தான் இருக்கிறது.

இதனை வெறும் மனித உரிமை மீறலாக மட்டுமே பார்க்க முடியாது. இந்திய சமூகம் குறிப்பிட்ட சில சாதியினரை கட்டாயப்படுத்திய வரலாற்றுக் காரணங்களும் இதன் விளைவாக மாற்றுத் தொழில் செய்வதற்கு வாய்ப்பற்ற காரணத்தினாலுமே இவர்கள் இந்த வேலையை தேர்ந்தெடுக்கிறார்கள் என்பதை நாம் புரிந்து கொள்ள வேண்டும்.

இந்தப் பணி மாற்றமின்றி தொடர்வதும் குரலற்றவர்களின் மரணம் அதிகரிப்பது தான் இந்தியாவை கற்காலத்திற்கு அழைத்துச் செல்கிறதோ என்று கவலைக் கொள்ள வேண்டியிருக்கிறது.

கழிவுகளை மனிதன் அகற்றும் அவலம் கடந்த ஓராண்டில் நான்கு மடங்குகள் உயர்ந்துள்ளதாக விபரங்கள் தெரிவிக்கின்றன.

இந்திய அரசின் 1993 மற்றும் 2013 சட்டங்கள் இக்கொடுமையைத் தடை செய்தாலும் இன்னும் லட்சக்கணக்கானோர் தேசிய அவமானமாகக் கருதப்படும் இந்த வேலையில் தான் ஈடுபடுத்தப் பட்டுள்ளனர்.

2017 முதல் 2018 செப்டம்பர் வரை 123 மரணங்கள், கழிவுகளைச் சுத்தம் செய்யும் போது நிகழ்ந்திருக்கிறது. இது சபாய் கரம்சாரி ஆணையத்தின் அதிகாரபூர்வத் தகவல். இது குறைவான மதிப்பீடு என்றாலும்கூட ஐந்து தினங்களுக்கு ஒரு மரணம் மனிதக் கழிவை மனிதனே அகற்றுவதால் திகழ்கிறது.

பல வகையான துப்புரவுத் பணிகள் இருந்தாலும் 1993 சட்டம் உட்பிரிவு 2 ஜே படி மனித மலத்தை நேரடியாகத் தூக்கி அகற்றும் வேலையை மட்டுமே மனிதக் கழிவு துப்புரவுப் பணி என்கிறது

இந்திய அரசு. இது மிகவும் குறுகிய பார்வையுடைய வரையரை யாகும்.

பாதாளச் சாக்கடை, செப்டிக்டேங்க், திறந்தவெளி கழிப்பறை, ரயில்வே தண்டவாளம் சுத்தம் செய்வது போன்ற இன்னும் பல மனிதத் தன்மையற்ற (மனித மலம் சார்ந்து சுத்தம் செய்யும வேலைகள்) வேலை செய்பவர்களை 1993 ஆம் ஆண்டு சட்டம் கணக்கில் எடுக்கவில்லை.

இந்தப் பணிகளில் ஏற்படும் மரணங்கள், பல கொடிய நோய்களின் பின் விளைவிற்கும் எந்த ஓர் அரசு நிவாரணமும் இவர்களுக்கு கிடைக்காது.

2008 ஆம் ஆண்டு சென்னை உயர்நீதிமன்றம் தனிநபரான பாடம் நாராயணன் தாக்கல் செய்த மனுவின் அடிப்படையில் பாதாள சாக்கடை வேலையை மனிதர்கள் செய்தவற்குத் தடை செய்து உத்தரவிட்டது. மேலும் முழுமையாக இயந்திரங்களைப் பயன் படுத்தி கழிவுகளை அகற்ற வேண்டும் என சமூக பார்வையாளர்கள் வலியுறுத்துகின்றனர்.

ஆனாலும் அதன் பின்னர் இன்று வரை நூற்றுக்கணக்கான மரணங்கள் நிகழ்ந்து விட்டன என்பது தான் உண்மை.

தமிழ்நாட்டில் மட்டும் 2.03 லட்சம் கழிவறைகள் மனிதர்களினால் சுத்தம் செய்யப்படுகிற அவலம் இன்றும் நீடித்துக் கொண்டிருக் கிறது. இதில் 1.49 லட்சம் கழிவறைகள் திறந்தவெளி சாக்கடையில் கலக்கப்படுகிறது.

இந்திய விடுதலைக்குப் பின் 1993 ஆம் ஆண்டுதான் துப்புரவுத் தொழிலாளர்களை வேலைகளில் ஈடுபடுத்துவது மற்றும் உலர் கழிவறைகள் கட்டுவதற்கான தடைச்சட்டம் இயற்றப்பட்டது. ஆனாலும் இந்தச் சட்டம் இன்று வரையிலும் பல மாநிலங்களிலும் அமல்படுத்தப்படவில்லை.

முக்கியமாக நாம் தெரிந்துகொள்ள வேண்டியது என்னவென்றால் இந்தச் சட்டத்தின் கீழ் இன்றுவரையிலும் ஒரு வழக்க கூடப் பதியப் படாததுதான்.

மாற்று வேலை அதற்கான தொழிற்பயிற்சி நஷ்ட ஈடு போன்றவை களை அரசு வழங்க வேண்டும். நூற்றாண்டு காலமாக இந்த சமூகம் ஒரு தரப்பு மக்களை இக்கொடுமைக்கு ஆளாக்கியதற்கு ஏதேனும் ஒரு வகையில் பிராயச்சித்தம் செய்ய வேண்டும். தலித் மக்களில் குறிப்பாக பெண்களை இக்கொடுமைக்கு தள்ளி வருவது மிகவும் கண்டிக்கத்தக்க ஒன்றாகும்.

சென்னை சென்ட்ரல் ரயில் நிலையத்தில் மட்டும் 150க்கும் மேற் பட்ட துப்புரவுத் தொழிலாளியாக வேலை செய்கிறார்கள். இங்கு வேலை செய்யும் அனைவரும் பெண்களே. இதுதான் நம் நாட்டில் எல்லா ரயில் நிலையங்களிலும் உள்ள நிலைமை. வருடத்தில் ஒருநாள் கூட விடுமுறை கிடையாது.

13. கிங்க்ரிதேவி

எழுத்தறிவற்றவர் கிங்க்ரிதேவி. ஆனாலும் துணிச்சல் மிக்க அவர் சுற்றுச்சூழலைப் பற்றி இந்த உலகிற்கே பாடம் கற்றுக் கொடுத்தவர் ஆவார்.

1952ல் இம்மாசலப் பிரதேசத்தின் காடன் கிராமத்தில் பிறந்த அவர் பல ஆண்டுகளாக தனது மாவட்டத்தில் நிகழ்ந்து வரும் விரிவான சுற்றுச்சூழல் சீரழிவைக் கவனித்தவர்.

கிங்க்ரிதேவி ஏழைக் குடும்பத்தில் பிறந்தவர். அவருடைய தந்தை ஒரு இயற்கை விவசாயி. அவர் குழந்தையாக இருந்தபோது வேலைக்கு சேர்ந்து விட்டார்.

கிங்க்ரிதேவி தன்னுடைய 14 வயதில் கொத்தடிமைத் தொழிலாளி யான ஷ்யாமுராம் என்பவரைத் திருமணம் செய்து கொண்டார்.

பிறகு 22 வயதில் விதவையாகி, துப்புரவுத் தொழிலாளியாக வேலை செய்யத் தொடங்கினார். எழுதப் படிக்கத் தெரியாவிட்டாலும் சுற்றுச்சூழலைப் பற்றி மக்களுக்கு கற்பித்தவர்.

கட்டுப்பாடற்ற சுரங்கத்தின் விளைவுகள் குறித்து கிங்க்ரிதேவி கவலைகளை எழுப்பினார்.

குறிப்பாக 1985ல் டூன் பள்ளத்தாக்கு குவாரிகள் வலுக்கட்டாயமாக மூடப்பட்ட பிறகு, சிர்மவுர் மாவட்டத்தில் சுண்ணாம்புக்கல் குவாரி ஒரு பெரிய வணிகமாக இருந்தது.

விரிவான குவாரிகளால் நீர் நிலைகள் மாசுபடுதல், விவசாய நிலங்கள் சீரழிதல், மற்றும் வனப்பகுதிகள் குறைக்கப்பட்டன.

முறையான கல்வியைப் பெறும் வாய்ப்பே கிடைக்காத கிங்க்ரிதேவி, தனது குரலை உயர்த்தி குவாரிக்கு எதிராக சுற்றுச்சூழல் விழிப்புணர்வை ஏற்படுத்திய முக்கிய சக்திகளில் ஒருவராக திகழ்ந்தார்.

உள்ளூர் மட்டத்தில் விழிப்புணர்வை ஏற்படுத்துவதன் மூலம் அவர் தனது போராட்டத்தை தொடங்கினார்.

1987ல் சிம்லா உயர்நீதிமன்றத்தில் பீப்பிள்ஸ் ஆக்ஷன் ஃபார் பீப்பிள்ஸ் இன் நீட் என்ற உள்ளூர் தன்னார்வக் குழுவின் ஆதரவுடன் அவர் ஒரு பொதுநல மனுவைத் தாக்கல் செய்தார்.

பொறுப்பற்ற முறையில் சுண்ணாம்புக்கல் வெட்டி எடுத்ததாக 48 சுரங்க உரிமையாளர்களுக்கு எதிராக வழக்கு தொடரப்பட்டது.

பொதுநல மனுவுக்கு எந்த பதிலும் கிடைக்காத நிலையில் அவர் சிம்லாவுக்குச் சென்று நீதிமன்றத்தின் முன் 19 நாட்கள் உண்ணா விரதப் போராட்டத்தை மேற்கொண்டார்.

அவரது போராட்டம் வெற்றி அடைந்தது. நீதிமன்றம் மலைகளை வெடிக்கத் தடை விதித்தது மற்றும் சுரங்கத்திற்கு தடை விதித்தது.

இந்த வழக்கு உச்சநீதி மன்றத்தில் மீண்டும் திறக்கப்பட்டது. ஆனால் கிங்க்ரிதேவியால் தொடங்கப்பட்ட உன்னதமான காரணம் தடுக்கப் படவில்லை.

1995ல் உச்சநீதிமன்றத்தின் தீர்ப்பு மீண்டும் அவருக்கு சாதகமாக அமைந்தது.

அதன்பின் கிங்க்ரிதேவி சர்வதேச முன்னணியில் ஒரு முக்கியச் சுற்றுச்சூழல் ஆர்வலராக அங்கீகரிக்கப்பட்டார்.

மேலும் 1985ல் பெய்ஜிங்கில் நடந்த சர்வதேச பெண்கள் மாநாட்டில் கலந்து கொள்ள அழைக்கப்பட்டார். அங்கு திருமதி கிளிண்டன் தொடக்க விழாவில் விளக்கை ஏற்றும் படி அவரிடம் கேட்டார்.

1999ல் ஜான்சி இராணி லஷ்மிபாய் ஸ்திரீ சக்தி புரஸ்கள் விருது வழங்கி கௌரவிக்கப்பட்டார்.

கிங்க்ரிதேவி தனது வாழ்நாளில் பெரும் பகுதியைக் கழித்த சங்கரா கிராமத்தில் ஒரு பட்டயக் கல்லூரியைத் திறக்கும் இயக்கத்தையும் தொடங்கினார். 2006ல் கல்லூரி திறக்கப்பட்டது.

2007ல் தமது 82 வயதில் கிங்க்ரிதேவி இறப்பதற்கு சில ஆண்டு களுக்கு முன்பு தான் அவர் தமது கையெழுத்தை இட கற்றுக் கொண்டார் என்பது குறிப்பிடத்தக்கது.

14. சுற்றுப்புறச்சூழல் நண்பன்

எதிர்வரும் எல்லா தலைமுறைகளும் இயற்கையோடு இயைந்து நலமுடன் வாழ, தனி ஒரு மனிதனாக ஒரு காட்டையே உருவாக்கியவர் தான் ஆரண்யா சரவணன்.

புதுச்சேரி ஆரோவில் நிர்வாகத்தின் கட்டுப்பாட்டில் உள்ள 100 ஏக்கர் நிலத்தில் தனது இருபத்தெட்டு வருட கடும் முயற்சியால் ஆரண்யா வனம் எனும் காட்டை உருவாக்கிய வனப் போராளி சரவணன்.

'பூமி வெப்ப மயமாவதால் எதிர்காலத்தில் பேரழிவுகளை விரைவில் சந்திக்க இருக்கின்றோம் அதற்கு முட்டுக்கட்டையிடும் முயற்சிதான் இந்த காடு வளர்க்கும் திட்டம்' என்கிறார் சரவணன்.

புதுச்சேரி நகரப் பகுதியிலிருந்து நான்கு மைல் தொலைவில் அமைந்துள்ளது இந்த ஆரண்யா வனம். பச்சைப் போர்வையை போர்த்தியது போன்று பசுமை கொஞ்சுகிறது இந்த வனம்.

காடுகள், பறவைகள், தாவரங்கள் மற்றும் விலங்குகளுக்கான இல்லமாக விளங்குகிறது. மனிதர்கள் அங்கு ஒரு சாத்தாரண பயனாளி

மட்டுமே. அந்த ஆரண்யா வனத்தில் ஏராளமான பாம்புகள். யாருக்கும் தீங்கு செய்யாமல் விலகி வழிவிட்டு தங்களின் சொர்க்க பூமியாக அவை பயமின்றி வாழ்கின்றன.

இந்தத் தலைமுறை அறியாத குயில்களின் நீங்கார ஓசை அந்த வனமெங்கும் எதிரொலிக்கிறது.

பறவைகளின் அந்த ஓசையில் சுதந்திரத்தின் நாதம் ஒலிக்கிறது. இது எங்களின் வனம் என்ற பெருமிதம் தெறிக்கிறது.

“திருவண்ணாமலை மாவட்டம் ஜவ்வாது மலையடிவார பகுதியில் மரங்கள் நிறைந்த பசுமையான வளையாப்பட்டு கிராமத்தில் பிறந்தவன் நான்.

பச்சைத் தங்கம் என்று கூறி மலையடிவாரத்தில் உள்ள மரங்களை சமூக விரோதிகள் வெட்டிச் சாய்ப்பார்கள். தொடர்ந்து இந்த சீரழிவை பார்த்து வந்த சிறுவனான எனக்கு மனம் குமுறியது.

ஒருமுறை எனது மாமாவுடன் சேர்ந்து இந்த அக்கிரமத்தை எதிர்த் தோம். ஆனால் பலனில்லை. இந்த சம்பவத்தால் மிகவும் பாதிக்கப் பட்ட நான் இயற்கையின் மீதும், காடுகளின் மீதும் அதிக பற்றுக் கொண்டேன.

இதனால் மேற்குத் தொடர்ச்சி மலையை அழிவிலிருந்து காப்பாற்ற வலியுறுத்தி 1987 ஆம் ஆண்டு சமூக ஆர்வலர்கள் சார்பாக, கன்னியா குமரியிலிருந்து கோவா வரை நடைபெற்ற பாத யாத்திரையில் கலந்து கொண்டேன்.

பின்னர் இயற்கையைப் பேணிக் காக்கும் ஆரோவில் சமூகத்தில் என்னை இணைத்துக் கொண்டேன்” என்றார்.

புதுச்சேரியின் நீர் ஆதாரமாக விளங்கும் ஊசுட்டேரி அருகே உள்ள பூத்துறை கிராமத்தில் 100 ஏக்கர் நிலத்தை ஆரோவில் நிர்வாகம் 1967 ஆம் ஆண்டு வாங்கியது.

வெட்டாந்தரையாகவும், செம்மண் மேடாகவும் இருந்ததால் இந்தப் பகுதியை கால்நடைகள் மேய்ச்சலுக்காக மட்டுமே கிராம மக்கள் பயன்படுத்தி வந்தனர்.

1994ஆம் ஆண்டு ஆரோவில் நிர்வாகத்திடம் எனது விருப்பத்தை வெளியிட்டேன். நிலம் எனது பராமரிப்பில் வந்தது.

வெட்டாந்தரையாக இருந்த நிலத்தில் மரங்களே இல்லாத சூழலில் சிறிய வகை குடில் ஒன்றை ஆரோவில் நிர்வாகத்தினர் அமைத்துக் கொடுத்தனர்.

ஆரம்பத்தில் இரவு பகல் வித்தியாசமின்றி பாம்புகளும், விஷப் பூச்சிகளும் சர்வ சாதாரணமாக உலவிக் கொண்டிருக்கும். எனது முயற்சிகளுக்கு இத்தகைய சூழல் அச்சம் தருவதாக இருந்தது.

போகப் போக அவற்றிலிருந்து தற்காத்துக் கொள்ளும் வழிமுறை களைக் கையாண்டேன். பிறகு அந்த இடத்தில் தங்கி வனவள மேம்பாட்டு முயற்சியில் ஈடுபட்டேன்.

இந்த நிலத்தை வளப்படுத்த மழைநீரை வீணாக்காமல் சேமிக்க முடிவு செய்தேன். அது தான் நான் இந்த காடு வளர எடுத்த முதல் முயற்சி.

உள்ளூர் இளைஞர்கள் சிலர் என் முயற்சிகளுக்கு பக்கபலமாய் இருந்தார்கள். அவர்கள் உதவியுடன் மணல் மேடுகளில் உள்ள ஓடைகள் வழியாக வீணாகும் மழைநீரைத் தடுத்துநிறுத்தி, ஆங்காங்கே உயரமான வரப்புகள் மற்றும் தடுப்பு சுவர்களை அமைத்தோம்.

இதனால் 70 சதவீத மழைநீரை வீணாக்காமல் நிலத்திலே தேங்கியது. இந்த முயற்சியினால் நிலத்தடி நீர் மட்டம் 50 அடியிலிருந்து 35 அடியாக உயர்ந்தது.

உள்ளூர் இளைஞர்கள் உதவியுடன் முதற்கட்டமாக 20 ஆயிரத் துக்கும் மேற்பட்ட மரக்கன்றுகள் நடப்பட்டன. பின்னர் தமிழகம் முழுவதும் சுற்றி வந்து அங்குள்ள கோயில்கள் கிராமப் பகுதிகளி லிருந்து மரக்கன்றுகள் விதைகள் என 80 ஆயிரத்துக்கும் மேற்பட்ட மரங்களை சேகரித்து வந்து நட்டு வைத்தோம்.

செம்மண் பூமி என்பதால் மரங்கள் தடையில்லாமல் வளர வசதியாக இருந்தது. சில வருடங்களில் மரத்தின் விதைகள் மூலம் இயற்கை

யாகவே வளர்ந்த மரங்களின் எண்ணிக்கையே லட்சத்தைத் தாண்டியது.

இது எனக்கு எடுத்துக் கொண்ட பணியில் பெரும் உத்வேகத்தை தந்தது. அடுத்த கட்டமாக நாட்டில் அழியும் நிலையில் உள்ள மரங்களின் எண்ணிக்கையை அதிகப்படுத்தும் முயற்சியில் இறங்கினோம்.

இப்போது இந்த காட்டில் மரங்கள் செடி கொடிகள் என பல லட்சம் தாவரங்கள் உள்ளன. சந்தனம், செம்மரம், தேக்கு, வேங்கை, கருங்காலி என 1000க்கும் மேற்பட்ட விதவிதமான மரங்கள் உள்ளன.

மேலும் இங்குள்ள மரங்களை வாழ்விடமாகக் கொண்டுள்ள 250க்கும் மேற்பட்ட பறவையினங்கள் காணப்படுகின்றன என்றார் ஆரண்ய சரவணன்.

'நரி, முள்ளம் பன்றி, முயல், எறும்பு திண்ணி' என 40 வகைக்கும் அதிகமான விலங்கு இனங்கள் இங்கு உள்ளன.

மூலிகை மரங்கள் மற்றும் மூலிகைச் செடிகள் அதிகம் உள்ளன இது இக்காட்டின் சிறப்பு. இயற்கையை நேசிப்பதும் இதனை வளர்த்தெடுப்பதுமான நடவடிக்கைகள் மட்டுமே பேராபத்துகளிலிருந்து நம்மை காக்கும் ஆயுதமாக விளங்கும்.

தனி ஒருவனாக நின்று ஆரண்யா வனத்தை உருவாக்கிய சரவணன் தன் பணி நிறைந்து விட்டதாகக் கருதி காட்டை விட்டு வெளியேறி விடவில்லை. மனைவி, மகளுடன் காட்டிலேயே வீடுகட்டி இயற்கையுடன் இயைந்த வாழ்க்கையை நடத்தி வருகிறார்.

கிராமப்புற மாணவர்கள் பயன்பெறும் வகையில் 'சுற்றுப்புறச் சூழல் நண்பன்' என்ற மாத இதழையும் நடத்தி வந்திருக்கிறார் இவர்.

இவர் உருவாக்கிய ஆரண்யா வனத்தை சுற்றிப் பார்க்க பல்வேறு இடங்களிலிருந்தும் மக்கள் திரண்டு வருகின்றனர். தாவர இயல் ஆர்வலர்கள், பறவை ஆர்வலர்கள், மாணவர்கள் என பலரும் பார்வையிட வருகின்றனர். அவர்களுக்கு மரங்கள், காடுகள் உருவாக்குவது குறித்து ஆராய்ச்சி மையம் மூலம் பயிற்சி வகுப்புகள் நடத்தப்படுகின்றன.

15. சுயநலத்தினால் சூனியமாக்கப்படும் சுற்றுச்சூழல்

சுற்றுச்சூழல் சீர்கேடுகளுக்கான தீர்வு அறிவியல்பூர்வமான வாதங்களில் இருந்தே சூல் கொள்கிறது.

எக்காரணம் கொண்டும் சுற்றுச்சூழலைப் பற்றிப் பேசாத, பருவ நிலை மாற்றச் சிக்கலை பொருட்படுத்தவே செய்யாத அரசுகள் அமைவதையே கார்ப்பரேட் நிறுவனங்கள் விரும்புகின்றன. அதை நோக்கியே நமது சிந்தனைகளும் செதுக்கப்படுகின்றன.

சுற்றுச்சூழல் பாதுகாப்பு என்பது தனிநபர் நடவடிக்கை அல்ல. அது ஓர் அரசியல் செயல்பாடு. ஒட்டு மொத்த மனிதகுலத்துக்கும் தேவைப்படும் நிலைப்பாடு.

கார்ப்பரேட்டுகளின் லாப வெறிக்கு தலையாட்டும் பொம்மை களாக இருக்கும் அரசுகளை நாம் பெற்றிருப்பது தற்செயலாக நிகழ்ந்தாத ஓர் நிகழ்வு அல்ல. அது ஒரு திட்டமிடப்பட்டட அரசியல் தந்திரம்.

தனிநபர் விவசாயத்துக்கு தண்ணீர் கொடுக்க மறுக்கும் அரசு, பல்லாயிரம் ஏக்கர்களில் விவசாயம் செய்ய வரும் கார்ப்பரேட்டு களுக்கு அனுமதி அளிக்கிறது.

பருநிலை மாற்றத்துக்கு அடிப்படையான காரணம் பசுமை இல்லா வாயுக்கள் எனப்படும் கார்பன்டை ஆக்சைடு, மீத்தேன், ஹைட்ரோ கார்பன் முதலியவை வளிமண்டத்தில் சேர்ந்து புவி வெப்பம் வெளியேறுவதை தடுப்பதே. ஆனால் அரசு இதற்கு அனுமதி அளித்துள்ளது.

மனிதகுலம் பிறப்பதற்கு பல்லாயிரம் ஆண்டுகளுக்கு முன்பே உயிரினங்களைத் தன் மடியில் தாங்கிக் கொள்ள எழில் நிறைந்து பிறந்தது தான் இந்த பூமி.

பூமியின் கட்டமைப்பு என்பது மனிதன் மட்டுமின்றி எல்லா உயிரினங்களும் வாழக்கூடிய வகையில் மிக சிரத்தையுடன் இயற்கை வரமாய் உருவானதாகும்.

எந்தெந்த உயிரினம் எங்கெங்கே வாழுதல் நலம் என்று தானாகவே பூமி ஏற்படுத்திய வரைமுறை தான். மனிதன் நாட்டிலும், விலங்குகள் காட்டிலும் வாழும்படியாக காலப்போக்கில் மாறியது.

புவி பாதுகாப்பையும் அதன் வளங்களின் முக்கியத்துவத்தையும் வலியுறுத்தி அமெரிக்காவின் சுற்றுச்சூழல் போராளி கோலார்ட் நெல்சன் என்பவரின் முயற்சியால் 1970ஆம் ஆண்டு உலக பூமி தினம் 'எர்த் டே நெட்வொர்க்' என்னும் அமைப்பில் தொடங்கப்பட்டது.

மொத்தம் 193 நாடுகளை இதுவரை தன்னுடன் இணைத்துள்ள இந்த அமைப்பானது உலகம் முழுக்க உள்ள சுற்றுச்சூழல் ஆர்வலர்களை ஒன்று திரட்டி பூமியின் தற்போதைய நிலை குறித்து விழிப்புணர்வு பிரச்சாரங்களையும், அது சார்ந்த கருத்து பரிமாற்றங்களையும் இந்த தினத்தில் மேற்கொண்டு வருகிறது.

பூமியின் உயிரினங்களை அழிவிலிருந்து காப்போம் என்ற கருத்துருவில் உலக பூமி தினத்தை இந்த அமைப்பு கொண்டாடியது.

சுமார் நாலரை பில்லியன் ஆண்டுகளுக்கு முன்பு பூமி பிறந்ததாக அறியப்படுகிறது. பூமி தவிர வேறென்ன கிரகங்களில் உயிரினங்கள் வாழ முடியும் என்று எத்தனையோ ஆராய்ச்சிகளைத் தொடர்ந்து மனிதன் மேற்கொண்டாலும் அனைத்து உயிர்களும் தடையின்றி

வாழ உகந்த ஒரே கிரகம் பூமி மட்டுமே என்ற விடைதான் இறுதி விடையாக உள்ளது.

உலகம் வெப்பமயமாகுதல், காற்றுமாசு, காடழிப்பு, பசுமைக் குடில் விளைவுகள், தண்ணீர் பஞ்சம் என்று பூமி ஏற்கனவே தன் வளங்களை வெகுவாக இழந்து வரும் சூழ்நிலையில், பூமியைப் பாது காக்கும் பெரும் பொறுப்பு மனிதனிடமே உள்ளது.

முடிந்த வரை காற்று மாசை தடுத்து அதிகளவில் மரங்களை நட்டு, தண்ணீர் சேமிப்பு மேலாண்மை திட்டங்களை மேம்படுத்தி, இயற்கையை அதன் வழியிலேயே பாதுகாத்தால் மட்டுமே மனிதனால் தன் அடுத்த தலைமுறைக்கு தான் அனுபவித்த இயற்கை வளங்களை பரிசாகத் தர முடியும்.

இல்லையென்றால் இனிவரும் தலைமுறைகள் புலியையும், யானை யையும் ஏன் மழையைக் கூட புகைப்படத்தில் தான் காண முடியும்.

ஏற்கனவே காடுகள் அழிக்கப்பட்டு பல்லாயிரக்கணக்கான உயிரினங்கள் அழிந்தும் அழிவின் விளம்பிலும் நிற்கின்றன.

உயிரினங்கள் அழிவின் விளிம்பில் நிற்பதற்கு பூமி வெப்ப மயமாகு வதும் ஓர் முக்கிய காரணமாகும். வேகமாக உருகி வரும் பனி பாறைகள், பல்வேறு பனிக்கரடிகளின் வாழ்வாதாரத்தை கேள்விக் குறியாக்கி விட்டது. மேலும் அதிக வெப்பமானது கடல்வாழ் உயிரினங்களை இனப்பெருக்கத்திலிருந்தும் தடுக்கிறது.

2050க்குள் முப்பத்திலிருந்து ஐம்பது சதவீதம் உயிரினங்கள் பூமியிலிருந்து நிரந்தரமாக விடைபெற்றுக் கொண்டுவிடும் என்று ஆய்வு கூறுகிறது.

வேகமாக அழிந்து வரும் விலங்குகளில் சில அரிய வகை கொரில்லாக்கள், கடல் ஆமைகள், ஒரங்குட்டான்கள், காட்டு யானைகள், காண்டாமிருகங்களும் அடக்கம்.

இவ்வகை உயிரினங்களின் மரபணுக்கள் எத்தனையோ ஆயிரம் ஆண்டுகள் பூமியில் நிலைபெற்று வாழ்ந்தவையாகும். அவை அழிந்தால் அழிந்ததுதான்.

தேனீக்கள் என்று அழிகிறதோ அன்று உலகமும் அழிந்து போகும் என்று புகழ்பெற்ற விஞ்ஞானி ஆல்பர்ட் ஐான்ஸ்டைன் தனது ஒரு ஆராய்ச்சியின் போது மேற்கோள் காட்டி கூறியிருக்கிறார்.

அதிகமான பூச்சிகொல்லி உபயோகம் மகரந்த சேர்க்கைக்கு உதவும் தேனீ உள்ளிட்ட பூச்சி இனங்களை கொல்வதாக கூறப்படுகிறது. சராசரியாக 70 சதவிகித மகரந்த சேர்க்கைக்கு தேனீக்கள் தான் காரணம்.

2015 ஆம் ஆண்டு அமெரிக்காவில் நடந்த ஒரு கணக்கெடுப்பில் தேனீக்களின் எண்ணிக்கை 44 சதவிகிதம் குறைந்திருப்பது தெரிய வந்தது.

இது இயற்கை மனிதனுக்கு அளித்துள்ள எச்சரிக்கை குரலாகவே அறியப்படுகிறது. இந்நிலை தொடர்ந்தால் வெகு விரைவில் மனிதனும் அழியும் மிருகங்கள் பட்டியலில் நிச்சயம் சேர்ந்து விடுவான்.

இயற்கையின் வரப்பிரசாமாய் இந்த புவிமண்டலத்தில் மதிப்பும் புனிதமும் மிக்கதாய் இருப்பது மரங்கள்தாம்.

மனிதனின் சுயநலத்தால் சூனியமாக்கப்படும் சுற்றுச்சூழலை சுத்தம் செய்து, மழையை கொடுத்து, அவனுக்கான உணவையும் கொடுத்து மனிதனுக்கே வாழ்வை அர்ப்பணிக்கும் மரங்களின் எண்ணிக்கை குறைந்து கொண்டே இருப்பது புவி வெப்ப மயமாதலுக்கு முக்கிய காரணமாக இருந்து வருகிறது.

வாகனங்கள் காற்றில் உமிழும் கரியமில வாயுவை சாலையோர மரங்கள் உறிஞ்சிக் கொண்டு, உயிரினங்களுக்கு ஆயுள்தரும் ஆக்ஸிஜனை வெளியிடுகின்றன.

எந்தப் பலனையும் எதிர்பாராமல் நாள் முழுவதும் சமூகப் பணி செய்யும் மரங்களை நம்மில் எத்தனை பேர் நன்றியோடு நினைத்துப் பார்க்கிறோம்? என்ற கேள்வி நம் முன்பு பதில் இல்லாமல் நிற்கிறது.

மரங்கள் தாம் உறிஞ்சும் நீரைக்கூட மனிதனை குளிர்விக்கவே வழங்குகிறது. மரங்கள் எப்போதுமே தனக்குத் தேவையா நீரைவிட

அதிகமான நீரை உறிஞ்சிக் கொள்ளும். உறிஞ்சப்படும் உபரிநீர் அத்தனையும் வெளியாகி ஈரப்பதமாக காற்றில் கலந்து விடுகிறது. அந்த உபரி நீரை கிரகித்துக் கொண்டுதான் மேகங்களும் மழையை நமக்கு கொடையளிக்கின்றன.

இயற்கையின் வரமாகக் காற்றைச் சுத்திகரிக்கும் ஆலையாகச் செயல்படும் மரங்கள் அடர்ந்த வனங்களை பாதுகாப்பது இந்தப் பூவுலகில் வாழும் நம் ஒவ்வொருவரின் கடமையாகும்.

மழை பொழிவதற்குக் காரணமாக விளங்கும் காடுகளையும், மரங்களையும் பாதுகாக்க வேண்டிய கடமை உணர்வும், கான்கிரீட் காடுகளாகி விட்ட வாழ்விடங்களில் புதிதாக மரங்களை நட வேண்டும் என்ற சுற்றுச்சூழல் பாதுகாப்பு உணர்வும் நம்மிடையே உருவானால் தான் தண்ணீர்த் தட்டுப்பாடின்றி நம்மால் உயிர் வாழ முடியும்.

மரங்கள் இல்லையேல் மனித வாழ்வு இல்லை என்பதன் அவசியத்தையும், சூழல் பாதுகாப்பின் அவசரத்தையும் நாம் ஒவ்வொருவரும் உணர வேண்டிய நேரமிது.

இத்தகைய உணர்வினைப் பெற, சுற்றுச்சூழல் பாதுகாப்பிற்கு உலகளவில் நம் நாடுதான் முன்னோடியாகத் திகழ்ந்தது என்பது வரலாற்று ரீதியாக நினைவு கூறத்தக்க ஒன்றாகும்.

இயற்கை பாதுகாப்பிற்காக உலகளவில் முதன் முதலில் குரல் கொடுத்து தன் இன்னுயிர் நீத்த தியாகப் பெண்மணி ஜோத்பூரைச் சேர்ந்த அமிர்தா தேவி.

அந்தத் தியாகப் பெண்மணி அமிர்தா தேவி மரங்களின் வேர்களாக, வேரடி மண்ணாக இன்றும் வரலாற்றில் வாழ்ந்து கொண்டிருக்கிறார். நிலம், நீர், காற்று, வனம் ஆகியவை எந்த ஒரு மனிதரின் வாழ்க்கைக்கும் அடிப்படையாக இருப்பவை.

சுற்றுச்சூழல் சீர்கேட்டால் இந்த நான்கும் ஒரு வகையில் சீர்கெடும் போது மக்களின் வாழ்வாதாரம் கேள்விக்கு உள்ளாக்கப்படுகிறது. தங்கள் வாழ்க்கையைக் காப்பாற்றிக் கொள்ள மக்கள் களத்தில் இறங்க ஆரம்பிக்கிறார்கள்.

உலகில் சுற்றுச்சூழல் நெருக்கடிகள் சமீப காலமாக பெருமளவில் அதிகரித்திருக்கின்றன. இந்தியா உள்ளிட்ட மூன்றாம் உலக நாடுகளில் சுற்றுச்சூழல் பாதுகாப்பு சார்ந்த போராட்டங்களும் கணிசமாக அதிகரித்திருக்கின்றன.

சுற்றுச்சூழல் இயற்கை ஆர்வலர்களைத் தாண்டி மக்களும் சுற்றுச்சூழல் பிரச்சனைகளுக்கு எதிராக சமீபத்திய ஆண்டுகளில் போராட துவங்கி விட்டார்கள்.

அவர்களுடைய வாழ்க்கை நேரடியாக பாதிக்கப்படவும், வாழ்வாதாரம் பாதிக்கப்படவும் ஆரம்பிக்கப்பட்டு விட்டதன் வெளிப்பாடு இது.

தமிழகத்தில் சமீபகாலமாக நடைபெற்று வரும் சில சுற்றுச்சூழல் போராட்டங்கள் சார்ந்த வாதப் பிரதிவாதங்களும், பார்வைகளும் அறிவியல்பூர்வமாகவும், தர்க்க பூர்வமாகவும் உள்ளனவா என்கிற கேள்வி எழுகிறது.

உணர்ச்சி வசப்பட்ட பேச்சும் அறிவியல் பூர்வமற்ற சில வாதங்களும் சில போராட்டங்களை வழி நடத்துகின்றன.